मेकॅनिक मशीन टूल मेंटेनन्स MMTM द्वितीय वर्ष मराठी MCQ

मनोज डोळे

AF614628

Copyright © Manoj Dole
All Rights Reserved.

This book has been self-published with all reasonable efforts taken to make the material error-free by the author. No part of this book shall be used, reproduced in any manner whatsoever without written permission from the author, except in the case of brief quotations embodied in critical articles and reviews.

The Author of this book is solely responsible and liable for its content including but not limited to the views, representations, descriptions, statements, information, opinions and references ["Content"]. The Content of this book shall not constitute or be construed or deemed to reflect the opinion or expression of the Publisher or Editor. Neither the Publisher nor Editor endorse or approve the Content of this book or guarantee the reliability, accuracy or completeness of the Content published herein and do not make any representations or warranties of any kind, express or implied, including but not limited to the implied warranties of merchantability, fitness for a particular purpose. The Publisher and Editor shall not be liable whatsoever for any errors, omissions, whether such errors or omissions result from negligence, accident, or any other cause or claims for loss or damages of any kind, including without limitation, indirect or consequential loss or damage arising out of use, inability to use, or about the reliability, accuracy or sufficiency of the information contained in this book.

Made with ♥ on the Notion Press Platform
www.notionpress.com

डिजिटायझेशन ही काळाची गरज आहे. भविष्यात, प्रशिक्षण अधिक सोयीस्कर आणि सोपे करण्यासाठी औद्योगिक प्रशिक्षण संस्थांमध्ये ऑनलाइन इंटरनेट वापरून प्रशिक्षण घेणे आवश्यक आहे. MCQ प्रश्नांचा संच असलेली ई-पुस्तके प्रशिक्षणार्थींना उपलब्ध करून दिली जातील कारण त्यांना त्यांच्या औद्योगिक प्रशिक्षण संस्थांमध्ये होणाऱ्या ऑनलाइन परीक्षांच्या तयारीसाठी MCQ प्रश्नांची अधिक सवय होणे आवश्यक आहे.

या सर्व बाबी लक्षात घेऊन श्री.मनोज मधुकर डोळे प्रशिक्षक, औद्योगिक प्रशिक्षण संस्था, सातारा यांनी नवीन वार्षिक प्रणाली आणि NSQF-5 अभ्यासक्रमानुसार पुस्तके लिहिली आहेत. आणि त्यांनी प्रशिक्षण सुलभ करण्यासाठी सैद्धांतिक मोबाइल ॲप्स आणि ब्लॉग तयार केले आहेत आणि हे सर्व शैक्षणिक साहित्य जगप्रसिद्ध Google Play Store, Amazon आणि Apple Book Store वर डाउनलोड करण्यासाठी उपलब्ध केले आहे.

पुस्तकांचे प्रकाशन माननीय सहसंचालक श्री राजेंद्र घुमे साहेब प्रादेशिक व्यावसायिक शिक्षण व प्रशिक्षण कार्यालय, पुणे यांच्या हस्ते दिनांक 9/1/2019 रोजी करण्यात आले, यावेळी श्री प्रकाश सायगावकर साहेब प्राचार्य शासकीय औद्योगिक प्रशिक्षण संस्था औंध पुणे, श्री तुकाराम मिसाळ साहेब प्राचार्य डॉ. सरकार प्र.संस्था सातारा, श्री सचिन धुमाळ साहेब जिल्हा व्यवसाय शिक्षण व प्रशिक्षण अधिकारी सातारा, श्री यतीन पारगावकर साहेब मुख्याध्यापक गो. प्र.संस्था कोल्हापूर, श्री विकास टेके साहेब निरीक्षक व्यावसायिक शिक्षण व प्रशिक्षण क्षेत्रीय कार्यालय पुणे, पालेकर फूड्स प्रॉडक्ट्स प्रा. लि.चे सातारा येथील उद्योजक अध्यक्ष श्री.नीळकंठराव पालेकर साहेब, हिरा फूड्स चे चेअरमन श्री.इब्राहिम बाबा तांबोळी साहेब, सौ.शाल्मली पवार मुख्याध्यापिका शासकीय तंत्रनिकेतन केंद्र सातारा व इतर मान्यवर यावेळी उपस्थित होते.

अनुक्रमणिका

प्रस्तावना vii

नांदी, प्रस्तावना ix

ऋणनिर्देश, पावती xi

1. मेकॅनिक मशीन टूल मेंटेनन्स Mmtm द्वितीय वर्ष मराठी Mcq Drawing 1
2. मेकॅनिक मशीन टूल मेंटेनन्स Mmtm द्वितीय वर्ष मराठी Mcq 30

प्रस्तावना

मेकॅनिक मशीन टूल मेंटेनन्स MMTM द्वितीय वर्ष मराठी MCQहे आयटीआय अभियांत्रिकी कोर्स मेकॅनिक मशीन टूल मेंटेनन्स (MMTM) साठी एक साधे ई-बुक आहे. , द्वितीय वर्ष, मध्ये सुधारित NSQF अभ्यासक्रम, यात अधोरेखित आणि ठळक अचूक उत्तरांसह वस्तुनिष्ठ प्रश्नांचा समावेश आहे MCQ ज्यामध्ये धातूंचे वेल्डिंग आणि गॅस कटिंग, प्रगत इलेक्ट्रोसह हायड्रॉलिक आणि वायवीय प्रणाली यासह सर्व विषय समाविष्ट आहेत. आणि वायवीय सर्किट बनवणे, मिलिंग आणि ग्राइंडिंग मशीनची प्रतिबंधात्मक आणि ब्रेकडाउन देखभाल, इलेक्ट्रिक, इलेक्ट्रॉनिक आणि पीएलसी सिस्टम, सीएनसी ऑपरेशनसह सेटिंग ऑपरेशन आणि सिम्युलेटरमध्ये भाग प्रोग्रामिंग, हायड्रोलिक प्रेस, पंप आणि कंप्रेसरचे ओव्हरहॉलिंग, मशीनचे दोष शोधणे आणि ब्रेकडाउन मेंटेनन्स उदा. ., शेपर, ग्राइंडिंग, मिलिंग मशीन आणि बरेच काही.

आम्ही प्रत्येक नवीन आवृत्तीसह नवीन प्रश्नांची उत्तरे जोडतो. कृपया काही त्रुटी/ वगळल्यास आम्हाला ईमेल करा. सर्व अभियांत्रिकी बहुपर्यायी प्रश्न आणि उत्तरांसाठी हे निर्विवादपणे सर्वात मोठे आणि सर्वोत्तम ई-पुस्तक आहे.

विद्यार्थी म्हणून तुम्ही ते तुमच्या परीक्षेच्या तयारीसाठी वापरू शकता. हे ई-पुस्तक प्राध्यापकांना साहित्य रीफ्रेश करण्यासाठी देखील उपयुक्त आहे.

नांदी, प्रस्तावना

21 व्या शतकातील औद्योगिक क्षेत्रातील वेगाने वाढणाऱ्या मागणीच्या अनुषंगाने बहु-कुशल कारागीरांचा पुरवठा करण्यासाठी व्यवसाय शिक्षण आणि व्यवसाय प्रॅक्टिकल विभागामार्फत व्यावसायिक शिक्षण आणि प्रशिक्षण विभागामार्फत व्यावसायिक शिक्षण आणि प्रशिक्षण दिले जाते. संस्थांमधील सर्व व्यवसाय महत्त्वाचे आहेत, कारण या व्यवसायांतील प्रशिक्षणार्थी उद्योगाच्या मागणीनुसार बहु-कौशल्ये विकसित करतात.

औद्योगिक क्षेत्रातील सर्व उद्योगांमधील सर्व परीक्षा ऑनलाइन घेतल्या जातात आणि त्यामध्ये MCQ पद्धतीच्या प्रश्नांचा समावेश होतो हे लक्षात घेऊन सर्व व्यवसायांसाठी योग्य MCQ ई-पुस्तके उपलब्ध करून देण्याच्या उदात्त हेतूने. श्री.मनोज मधुकर डोळे यांनी नवीन वार्षिक अभ्यासक्रमानुसार MCQ पद्धतीवर खूप चांगले ई-बुक लिहिले आहे. हे ई-बुक सर्व प्रशिक्षणार्थी, प्रशिक्षणार्थी उमेदवार, प्रशिक्षण प्रशिक्षक आणि संबंधित इतरांसाठी निश्चितच मार्गदर्शक ठरेल.

पुस्तकाचे लेखक श्री.मनोज मधुकर डोळे आहेत, इन्स्ट्रक्टर गव्हर्नमेंट ITI सातारा यांना 17 वर्षांचा प्रशिक्षणाचा अनुभव आहे. नवीन वार्षिक पॅटर्न म्हणून लिहिलेल्या, या ई-बुकमध्ये प्रत्येक विषयासाठी मांडणी, सोपी भाषा आणि सोपी वाक्यरचना, आकृती आणि व्हिडिओ समजून घेण्यासाठी आधुनिक डिजिटल QR कोड तंत्रज्ञान समाविष्ट केले आहे. त्यामुळे सखोल अभ्यास आणि परीक्षेच्या सरावासाठी हे ई-बुक नक्कीच उपयोगी पडेल याची मला खात्री आहे. त्यांनी केलेले काम नक्कीच कौतुकास्पद आहे.

श्री तुकाराम मिसाळ

प्राचार्य शासकीय औद्योगिक प्रशिक्षण संस्था सातारा.

ऋणनिर्देश, पावती

DGET नवी दिल्ली आणि CSTARI कोलकाता ऑगस्ट 2018 च्या सत्रापासून ITI मधील सर्व व्यवसायांसाठी वार्षिक पॅटर्न लागू करत आहेत. परीक्षा पद्धतीतही बदल करण्यात येणार असून या वर्षीपासून ती ऑनलाइन होणार असून सर्व प्रश्न वस्तुनिष्ठ स्वरूपाचे (MCQ) असल्याने प्रशिक्षणार्थींना सखोल अभ्यासाची नितांत गरज आहे. हे लक्षात घेऊन जुन्या NIMI पॅटर्नवर आधारित पुस्तके आणि नवीन वार्षिक पॅटर्नचे संपूर्ण विहंगावलोकन सादर करताना आम्हाला आनंद होत आहे आणि आम्हाला आशा आहे की ही पुस्तके सर्व व्यवसाय संचालक आणि प्रशिक्षणार्थींसाठी मार्गदर्शक ठरतील. आहे.

ही पुस्तके लिहिल्याबद्दल जोहर आवटे साहेब, ITI अकलूजचे प्राचार्य. ITI सातारा चे माजी प्राचार्य सायगावकर साहेब, सहाय्यक संचालक श्री चंद्रकांत ढेकणे साहेब व्यवसाय शिक्षण व प्रशिक्षण प्रादेशिक कार्यालय, पुणे, जिल्हा व्यवसाय शिक्षण व प्रशिक्षण अधिकारी सचिन धुमाळ साहेब व मुख्याध्यापिका शासकीय तंत्रनिकेतन केंद्र शाल्मली पवार मॅडम व मुलगा अधिराज डोळे, आई कुसुम डोळे. , माझे वडील मधुकर डोळे आणि पत्नी अश्विनी डोळे यांनी वेळोवेळी केलेल्या विशेष मार्गदर्शन व सहकार्याबद्दल मी त्यांचा मनःपूर्वक आभारी आहे.

तरोच अतिशय कमी कालावधीत पुस्तक प्रकाशित करण्यात अमूल्य वेळ दिल्याबद्दल श्री राजेंद्र घुमे साहेब, सहसंचालक, व्यवसाय शिक्षण व प्रशिक्षण प्रादेशिक कार्यालय, पुणे यांनी पुस्तकाचे पुनरावलोकन केले. त्यांच्या अभिप्रायाबद्दल मी मनापासून आभारी आहे.

पुस्तक लिहिण्याच्या सुरुवातीपासूनच सतत पाठबळ दिल्याबद्दल ITI सातारा च्या प्रशिक्षकांचा मी आभारी आहे.

या पुस्तकातून, ई-लर्निंगबद्दलचे माझे विचार तुमच्याशी शेअर करण्यात मी स्वतःला धन्य समजतो. हे पुस्तक परिपूर्ण आहे असा दावा मी करणार नाही, कारण परिपूर्णतेचा विचार करता हे पुस्तक एक प्रयत्न आहे आणि बाल्यावस्थेत आहे. त्यांची चाचणी आणि सूचना दिल्यास ते सुधारण्यासाठी मोलाचे ठरतील.

मनोज डोळे
दिनांक 9/1/2019

1

मेकॅनिक मशीन टूल मेंटेनन्स MMTM द्वितीय वर्ष मराठी MCQ Drawing

Online Test Exam
ITI Books
CNC Course
AutoCAD CAM
JOB & Apprentice
Online Theory
Computer Course
Trading Course
Web Designing
MSCIT Course
Shopping Business
Internet Business
Remotasks Course
Online Services
Top Sportsmans
Indian Army
Freedom Fighters
Top Scientists
Social Reformers
Motivational Speaker
Top Richest People
Join WhatsApp Group
Join Facebook Group
Like Facebook Page
PAN / Adhar / Licence Passport

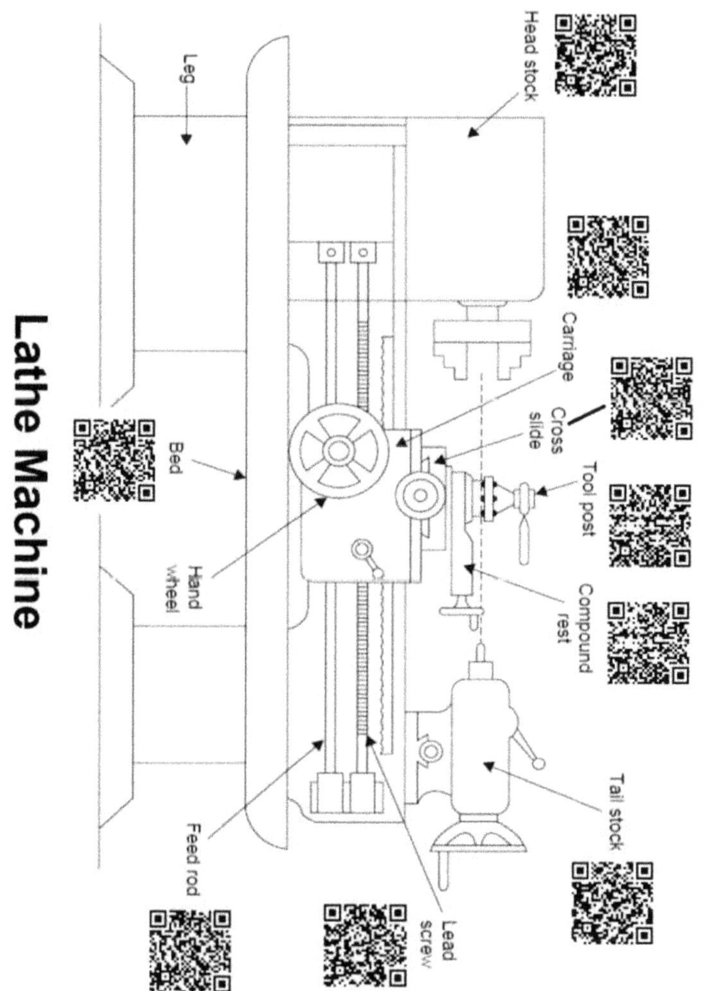
Lathe Machine
Head stock
Leg
Carriage
Cross slide
Tool post
Compound rest
Bed
Hand wheel
Tail stock
Feed rod
Lead screw

Bench Grinding Machine

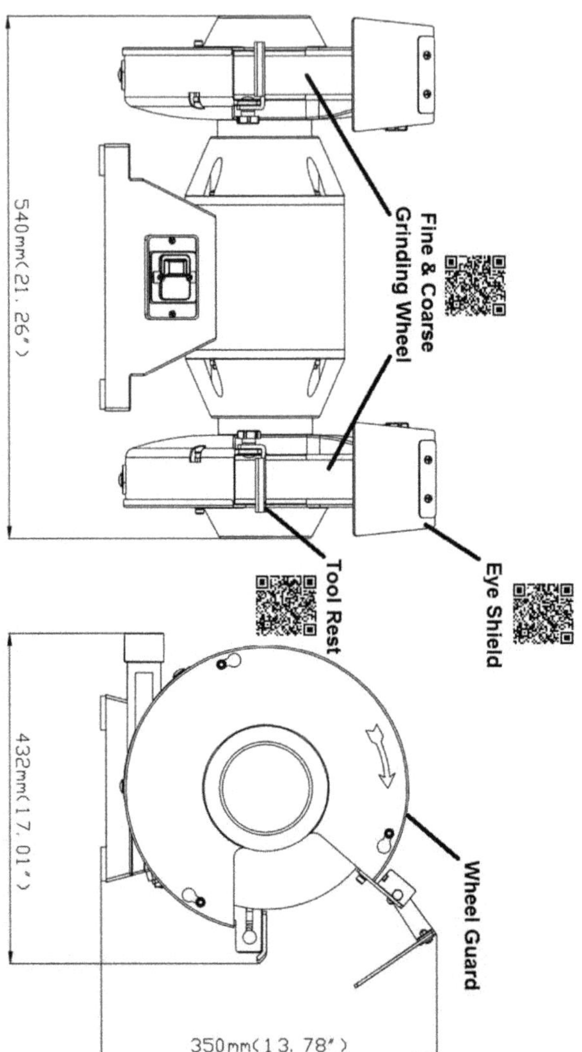

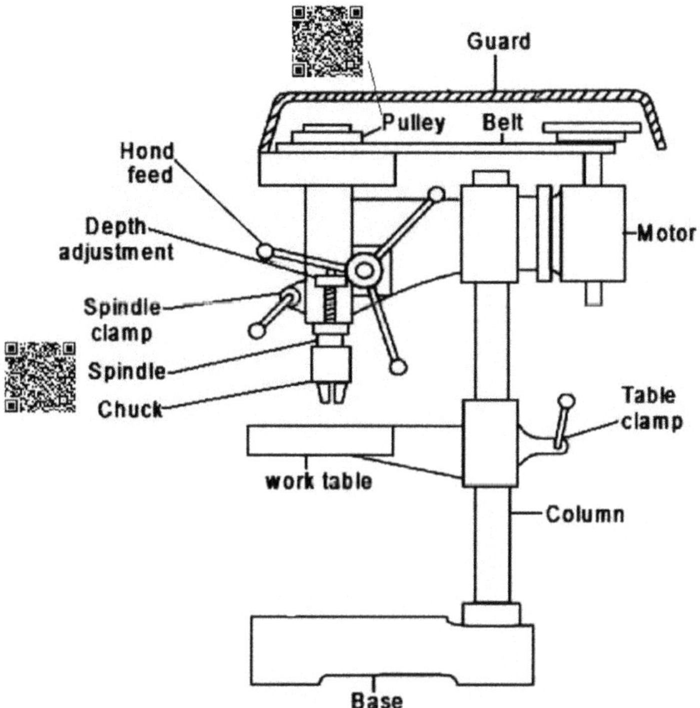

Piller Drilling Machine

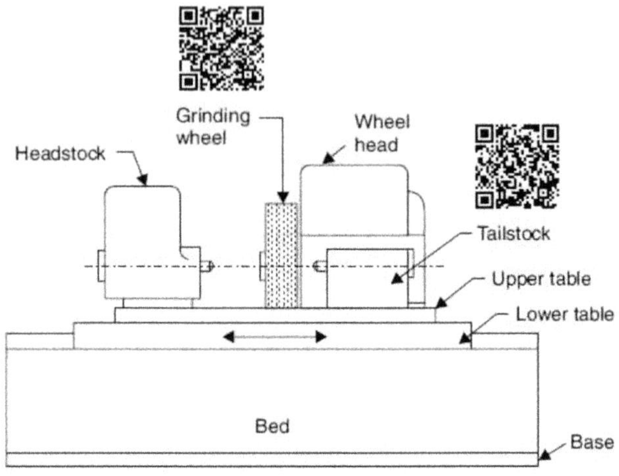

plain cylindrical grinder

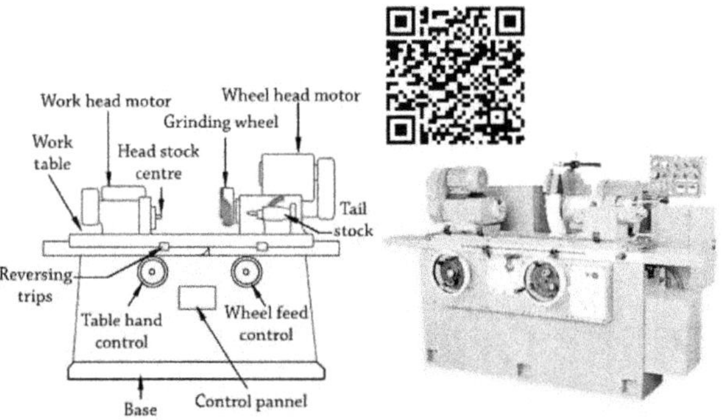

Cylindrical grinding machine

To study Different operations and parts of Surface Grinding Machine

SURFACE GRINDER

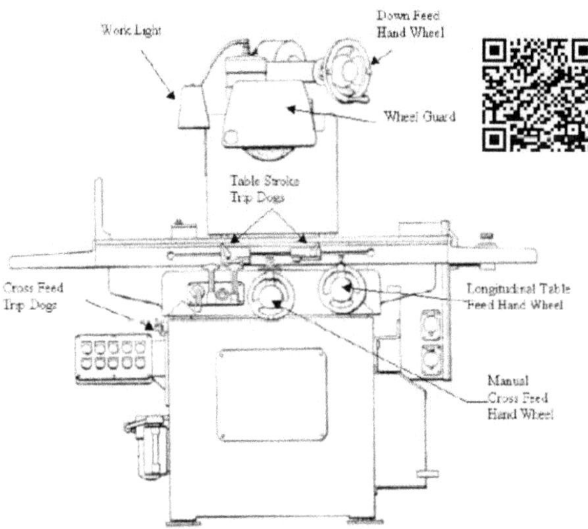

Surface grinding is used to produce a smooth finish on flat surfaces. It is a widely used abrasive machining process in which a spinning wheel covered in rough particles (grinding wheel) cuts

PLAIN OR HORIZONTAL MILLING MACHINE

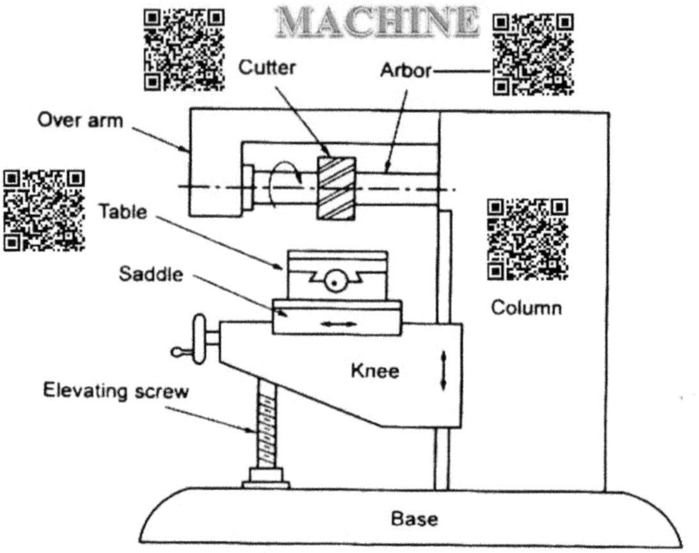

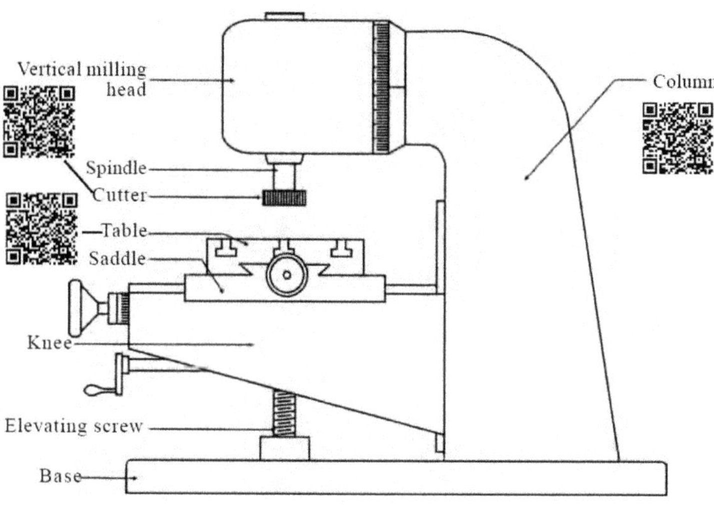

Vertical Milling Machine

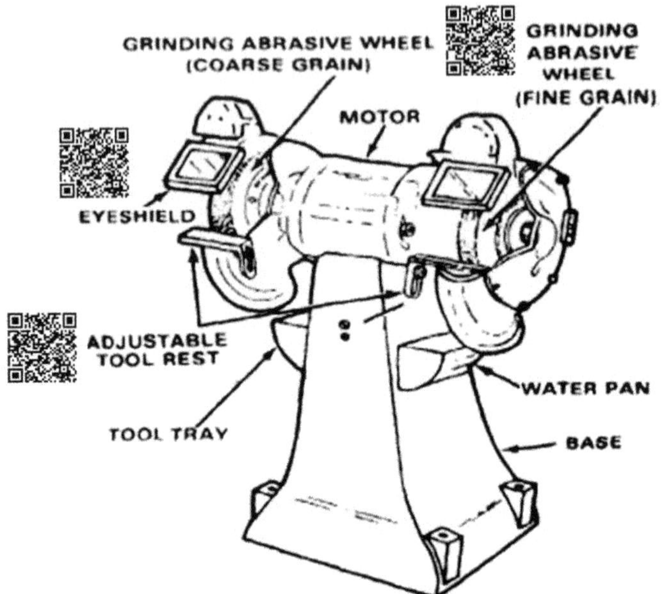

Pedastal Grinding Machine

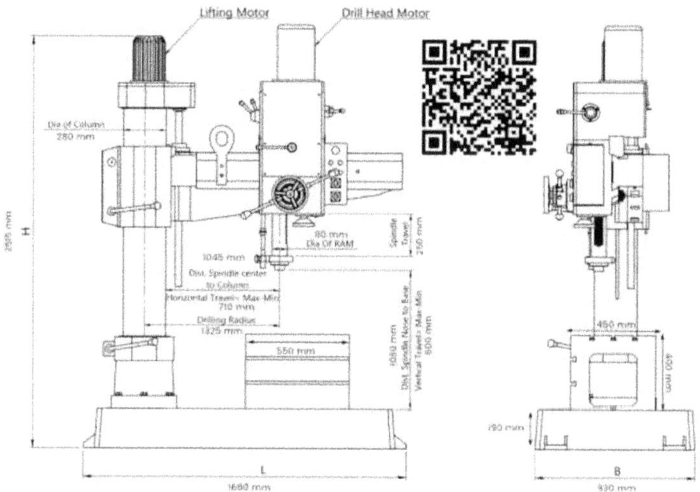

Radial Drilling Machine

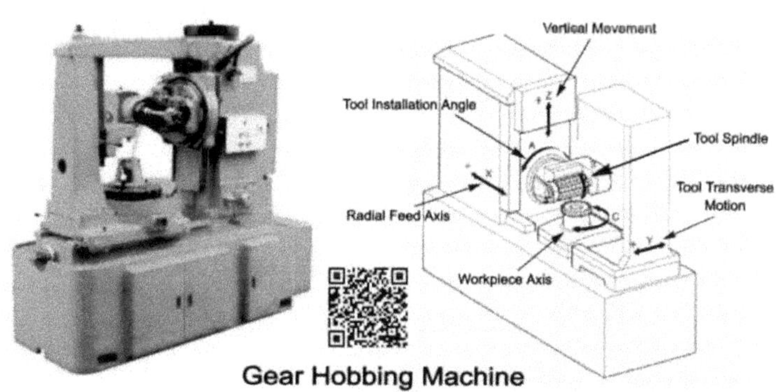

Gear Hobbing Machine

DOUBLE HOUSING PLANER

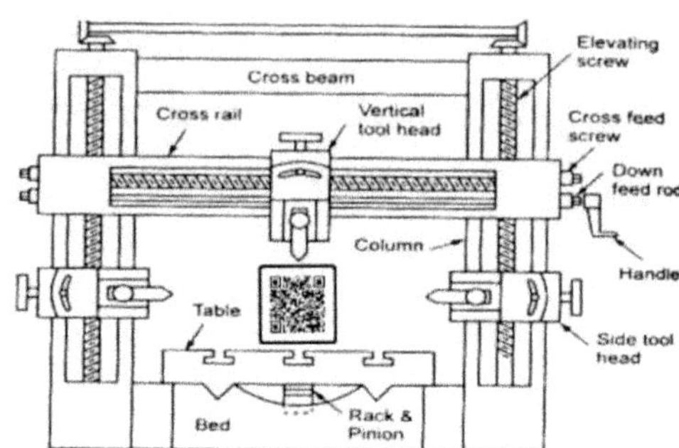

PIT PLANER

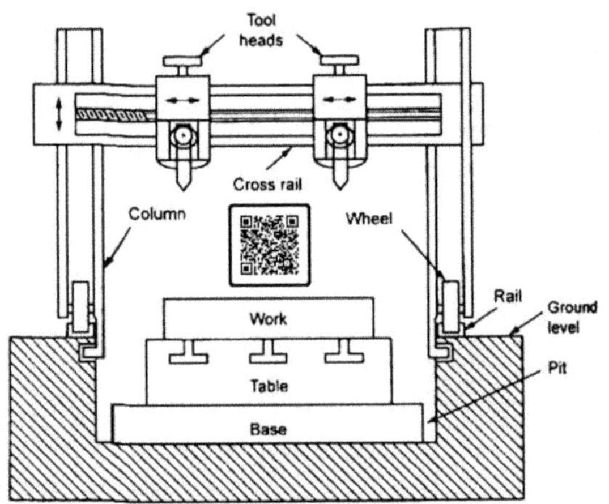

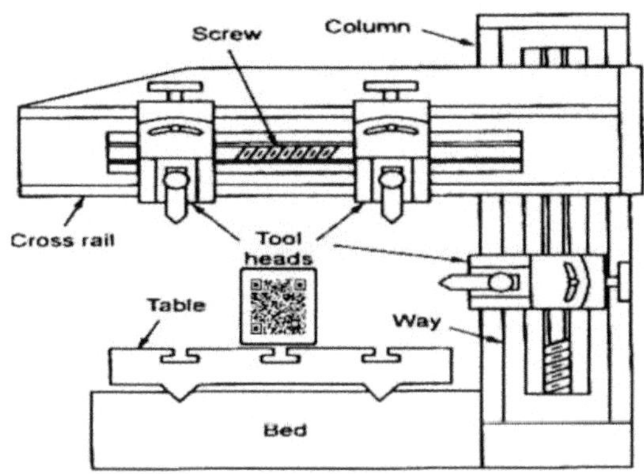

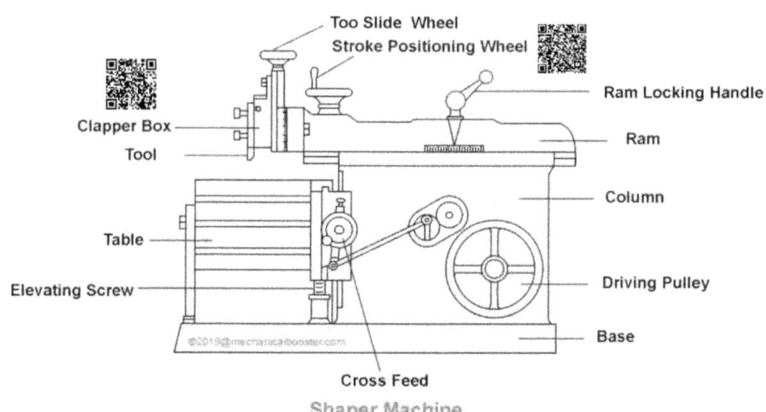

Shaper Machine

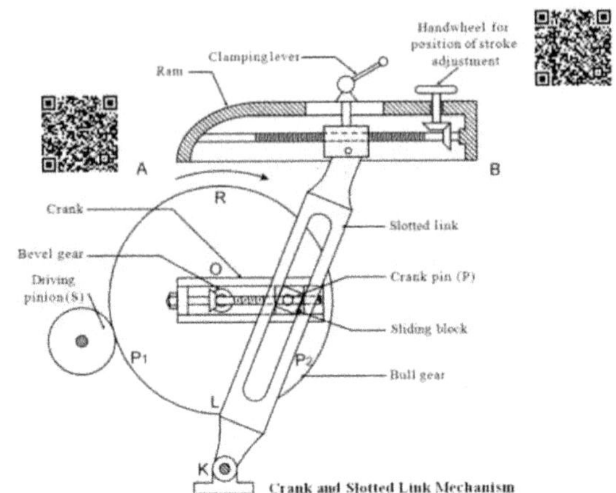

Quick Return Mechanism of Shaper Machine

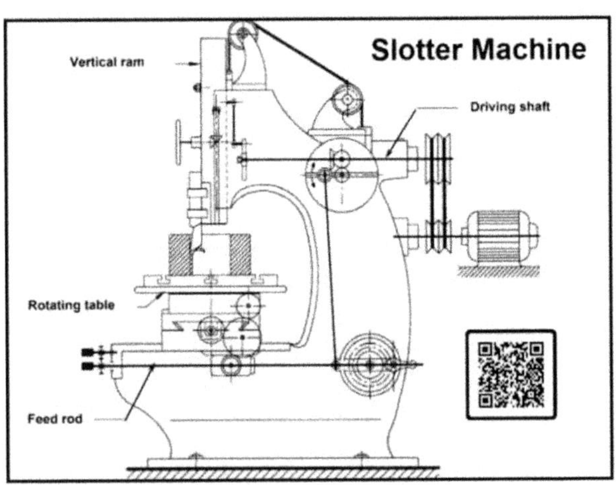

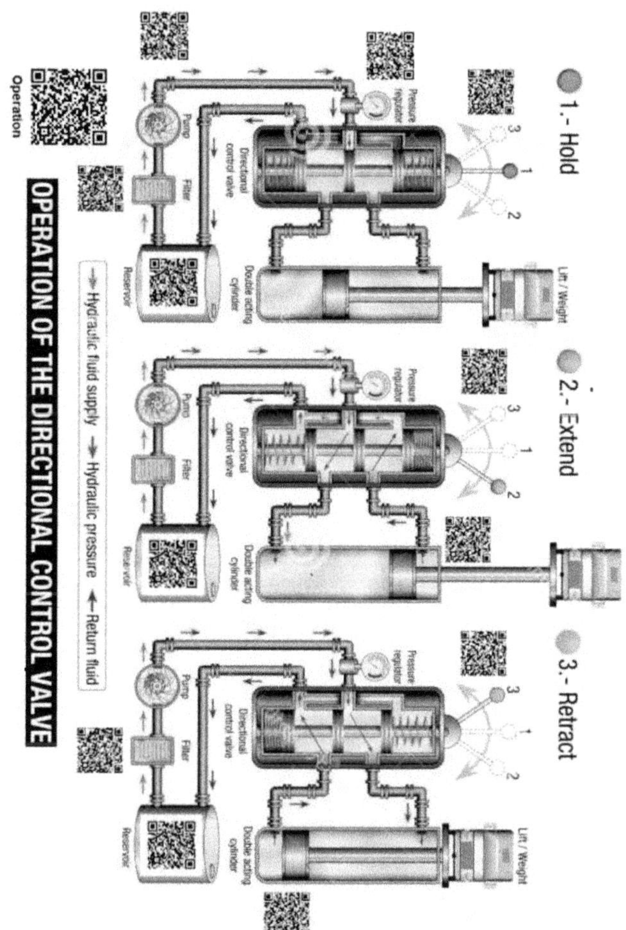
1.- Hold
2.- Extend
3.- Retract
Pressure regulator
Directional control valve
Pump
Filter
Reservoir
Double acting cylinder
Lift / Weight
Hydraulic fluid supply
Hydraulic pressure
Return fluid
OPERATION OF THE DIRECTIONAL CONTROL VALVE
Operation

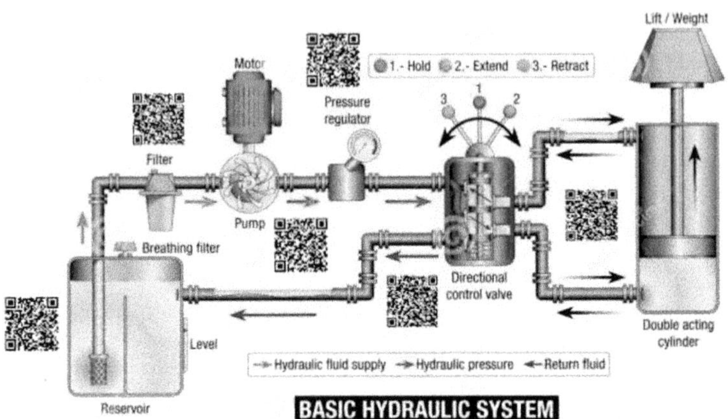

Direct Pressure Relief Valves

- The pressure relief valve provides protection against overload experienced by the actuators in a hydraulic system. One important function is to limit the force or torque produced by the hydraulic cylinders or motors.

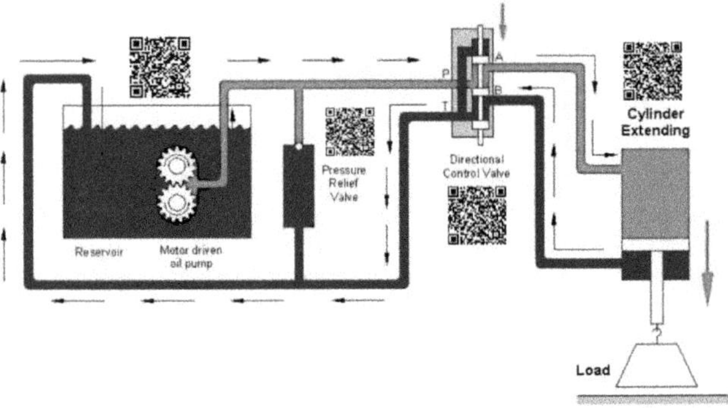

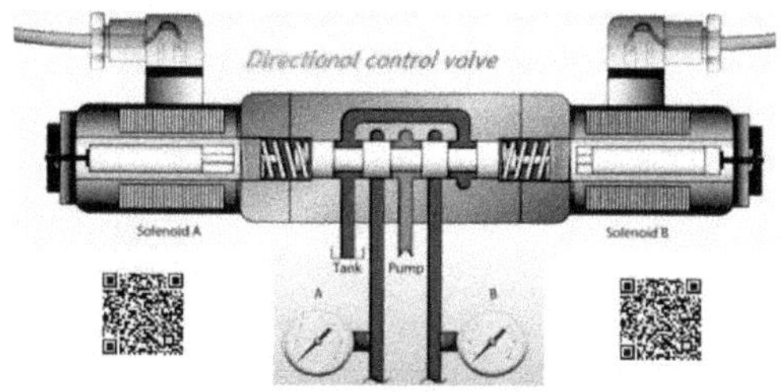

Double Acting, Single ended Cylinder

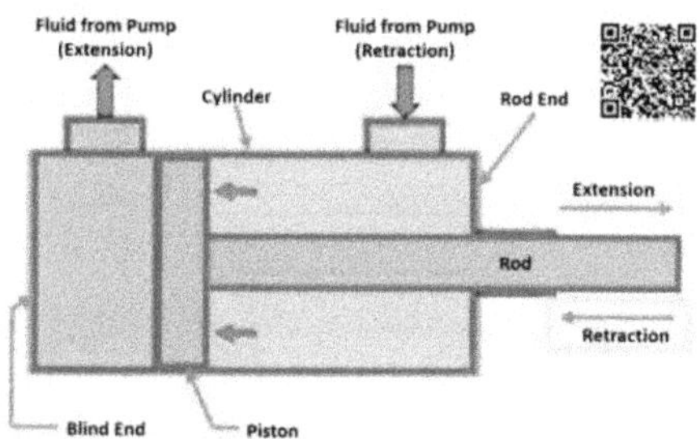

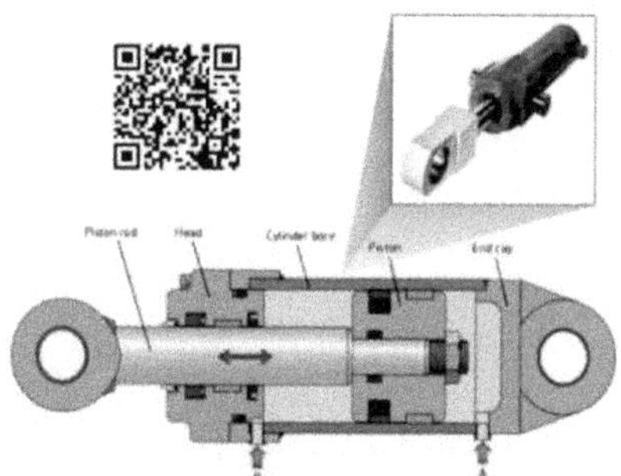

Hydraulic Cylinder

FLOW CONTROL VALVES

- A flow control valve can regulate the flow or pressure of the fluid.
- The fluid flow is controlled by varying area of the valve opening through which fluid passes.

GLOBE VALVE BUTTERFLY VALVE PLUG VALVE

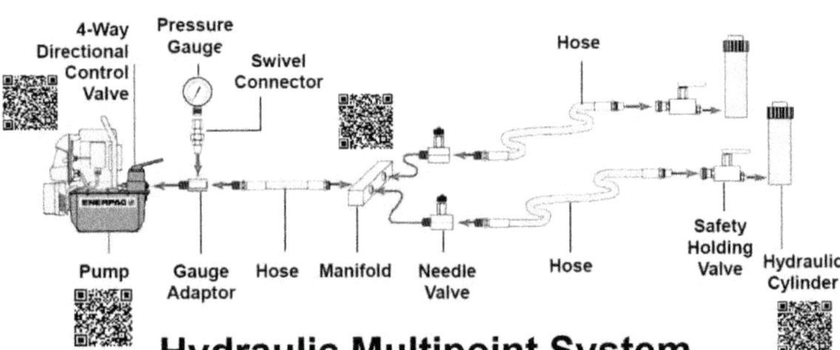

Hydraulic Multipoint System

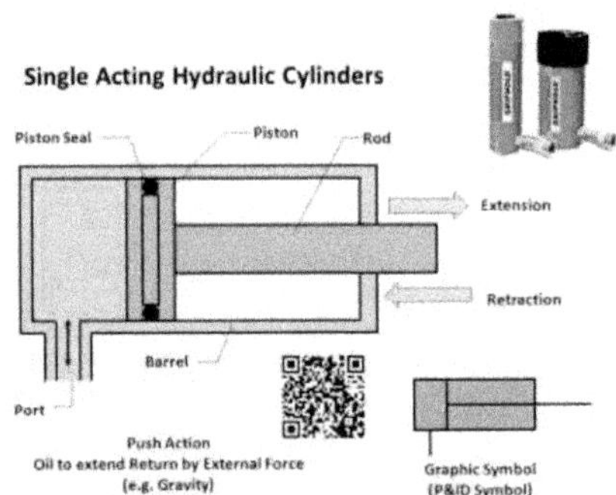

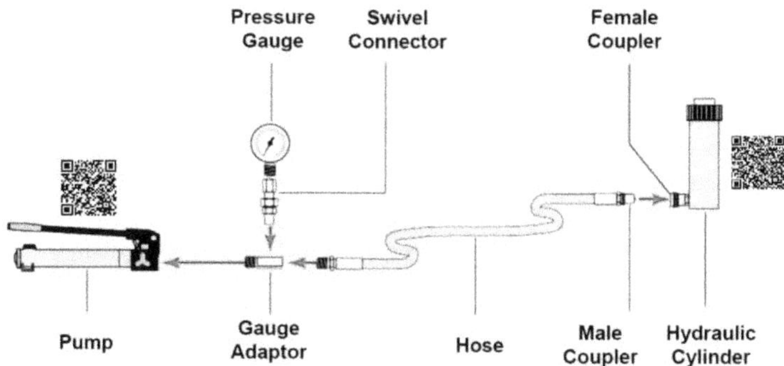

Hydraulic Single Point System

Types of Hydraulic Valves

- **Directional Control Valve:**

  Control the direction of flow of the hydraulic fluid to different lines in the circuit

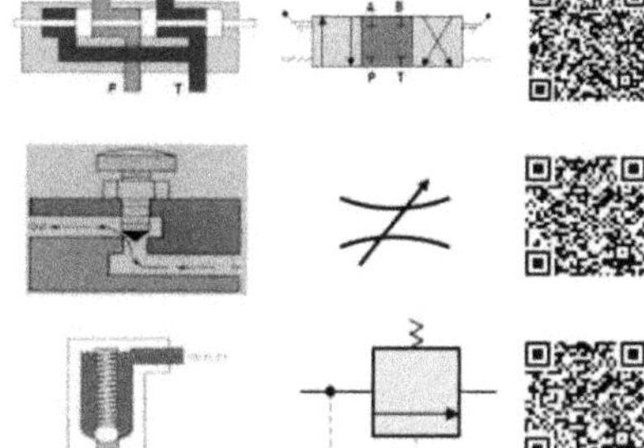

- **Flow Control Valves:**

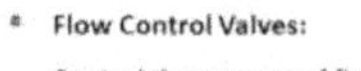

  Control the amount of fluid flow in the circuit

- **Pressure Control Valves:**

  Control the pressure in different segments in the circuit

Hydraulic Valves - Parts and Components

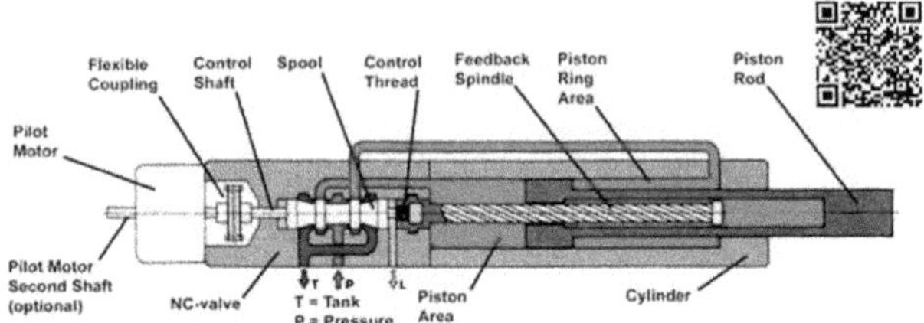

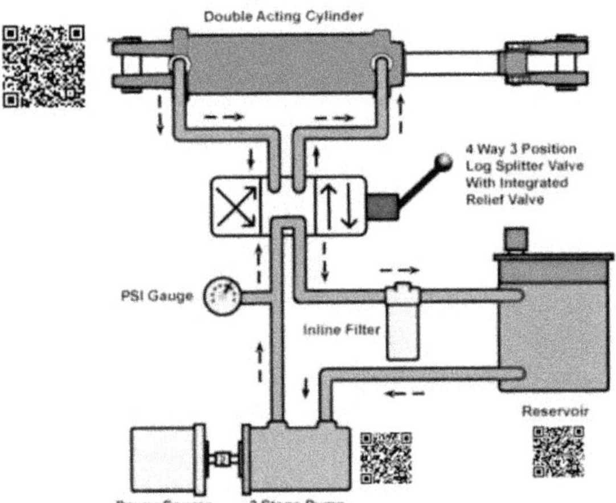

Hydraulic Double Acting Cylinder

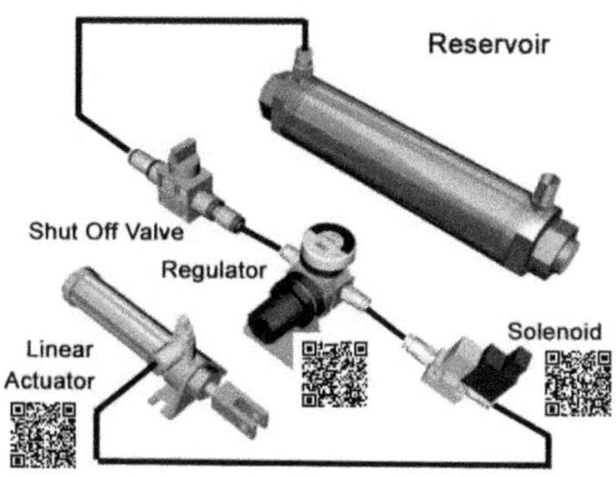

Pneumatic System

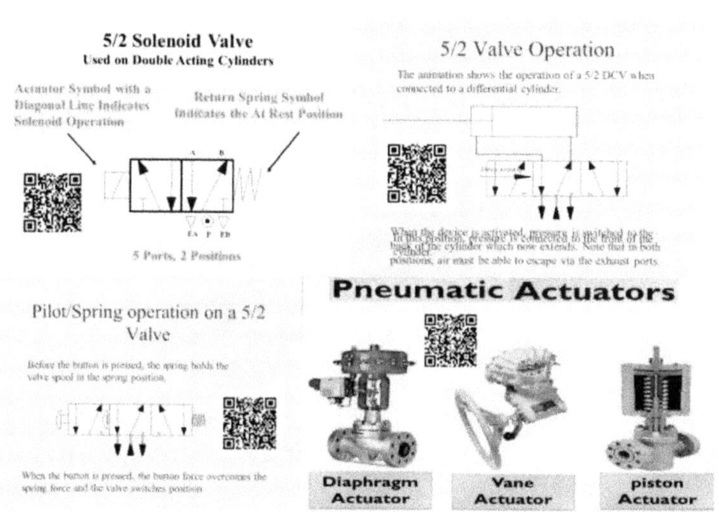

Pneumatic Control Valve

Pneumatic Control Valve Mechanisem

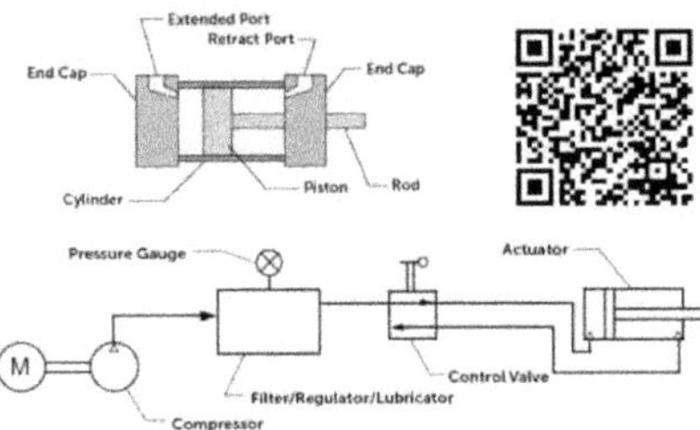

Pneumatic Cylinder System

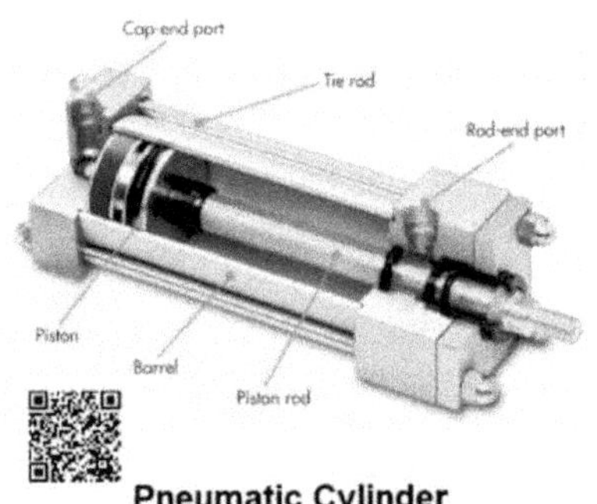

Pneumatic Cylinder

Pneumatic Cylinder

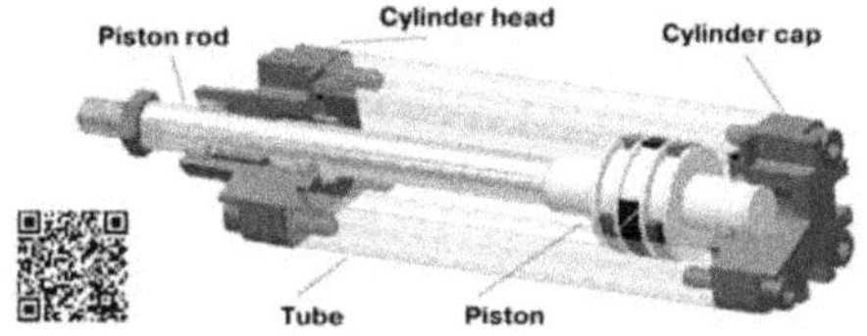

2-way, 2-position, normally closed direct-acting solenoid valve, spring return

4-way (5-port), 2-position, piloted solenoid valve, spring return

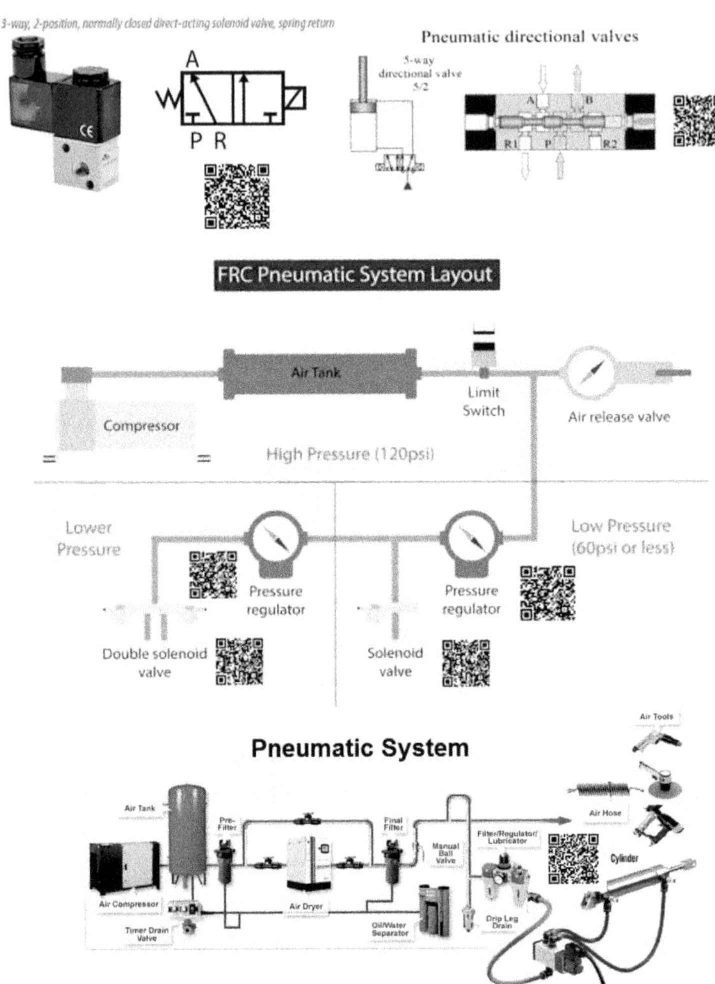
3-way, 2-position, normally closed direct-acting solenoid valve, spring return
A
P R
Pneumatic directional valves
5-way directional valve 5/2
A
B
R1
P
R2
FRC Pneumatic System Layout
Air Tank
Limit Switch
Compressor
Air release valve
High Pressure (120psi)
Lower Pressure
Low Pressure (60psi or less)
Pressure regulator
Pressure regulator
Double solenoid valve
Solenoid valve
Pneumatic System
Air Tools
Air Tank
Pre-Filter
Final Filter
Manual Ball Valve
Filter/Regulator/Lubricator
Air Hose
Cylinder
Air Compressor
Air Dryer
Timer Drain Valve
Oil/Water Separator
Drip Leg Drain
Valve

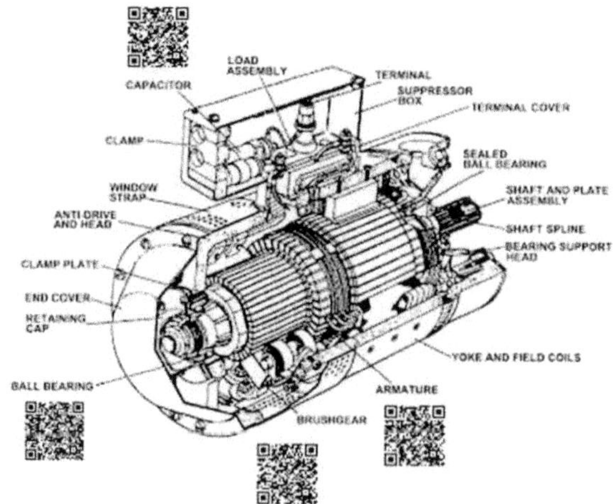

Electrical Generator

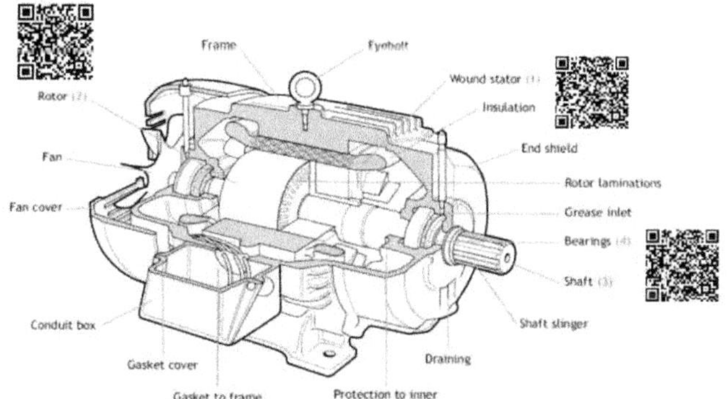

Electrical Induction Motor

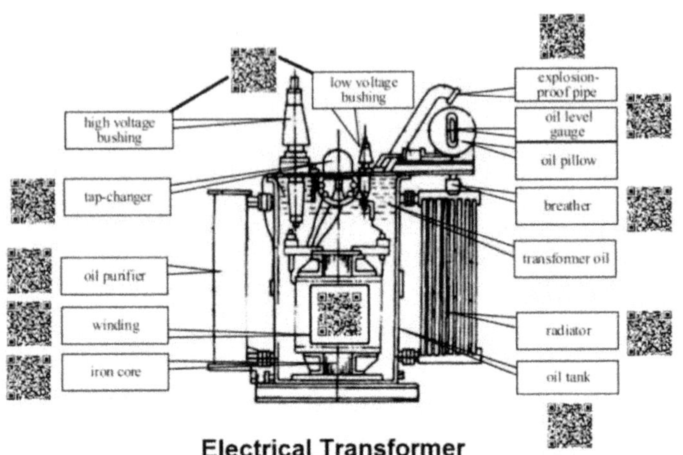

Electrical Transformer

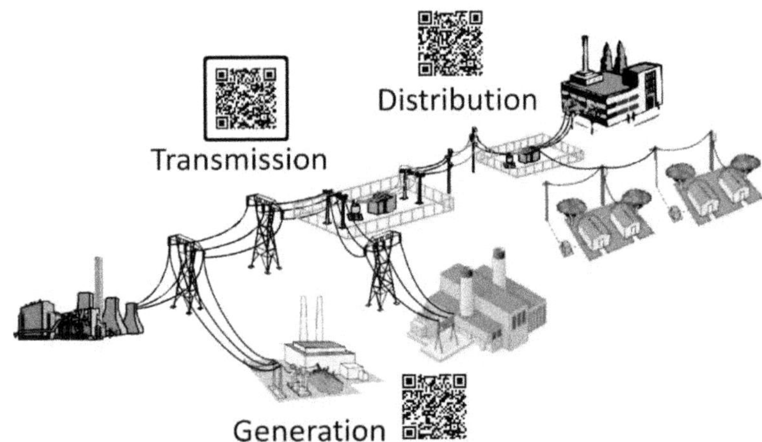

Electrical Power Distribution

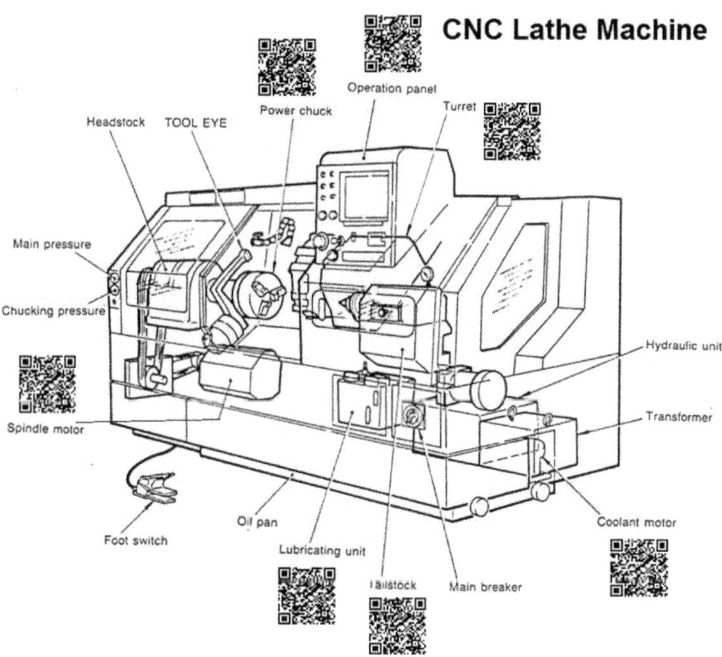
CNC Lathe Machine
Operation panel
Power chuck
Turret
Headstock
TOOL EYE
Main pressure
Chucking pressure
Hydraulic unit
Transformer
Spindle motor
Coolant motor
Oil pan
Foot switch
Lubricating unit
Tailstock
Main breaker

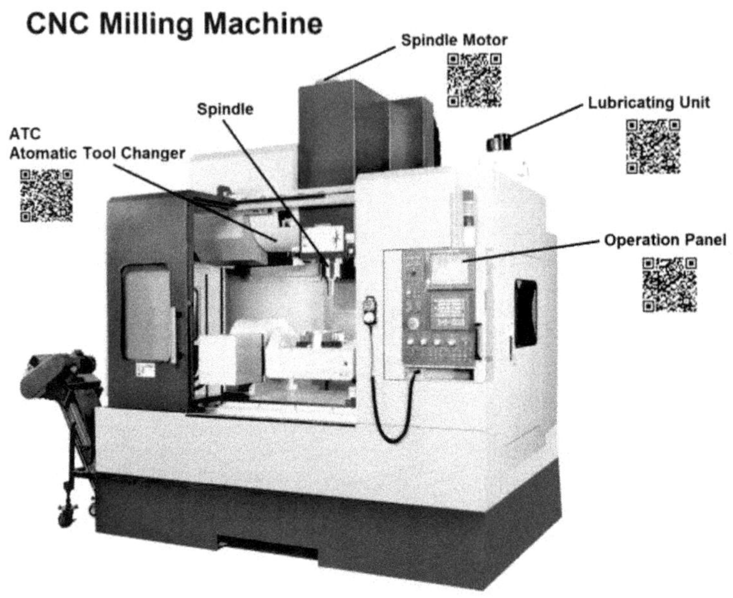

CNC Machine Lubrication

ATC Automatic Tool Changer   Animation & Video

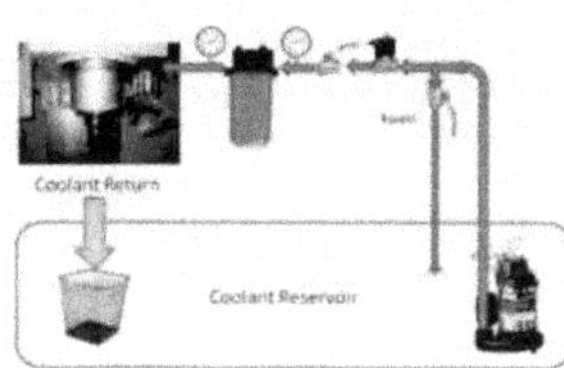

CNC Coolant Pump   Animation & Video

2

मेकॅनिक मशीन टूल मेंटेनन्स MMTM द्वितीय वर्ष मराठी MCQ

मिमी जाड सौम्य स्टील कापण्यासाठी तुम्ही कोणत्या आकाराच्या कटिंग नोजलची निवड कराल?

अ] 0.8 मिमी

ब] 1.2 मिमी

क] 1.6 मिमी

ड] 2.0 मिमी

23] उजवीकडील वेल्डिंग तंत्राच्या बाबतीत फिलर रॉडचा कोन आहे...

अ] 10 ते 20 ◦

ब] 20 ते 30 ◦

क] 30 ते 40 ◦

ड] 40 ते 50 ◦

24] गॅस वेल्डिंगच्या उच्च दाब प्रणालीचा एक फायदा म्हणजे...

अ] ते स्वस्त आहे

ब] तेपोर्टेबलआहे

क] ते कमी धोकादायक आहे

ड] यासाठी कुशल वेल्डरची आवश्यकता नाही

25] एमएस शीट्सचे सोल्डरिंग तापमानात होते...

A] 150 ◦ C

ब] 250 ◦ से

C] 400 ◦ C

ड] ८५० ◦ से

26] फोर्ज वेल्डिंग असे वर्गीकृत केले आहे ...

अ] दाबाशिवाय फ्यूजन वेल्डिंग

ब] दाबासहफ्यूजनवेल्डिंग

C] दबावाशिवाय नॉन-फ्यूजन वेल्डिंग

D] नो-फ्यूजन वेल्डिंग दाबासह

27] गॅस रेग्युलेटरचे कार्य आहे...

अ] विविध प्रकारच्या ज्वाला मिळवा

ब] वायू आवश्यक प्रमाणात मिसळा

C] ब्लो पाईपमध्ये वाहणाऱ्या वायूचे प्रमाण बदला

डी] कामाचादबावसेटकरा

28] लॅप फिलेट जॉइंटला उभ्या स्थितीत वायूद्वारे वेल्डिंगसाठी वेल्डच्या रेषेला खालील पाईपचा कोन किती असावा?

अ] 30 ◦ ते 40 ◦

ब] 45 ◦ ते 50 ◦

क] 60 ◦ ते 70 ◦

ड] 75 ◦ ते 80 ◦

29] दोषाचे नाव सांगा, ज्यामध्ये वेल्ड मेटल बेस मेटलच्या पृष्ठभागावर फ्यूज न करता वाहते.

अ] खड्डा

ब] ओव्हरलॅप

क] संलयनाचा अभाव

ड] जास्त बहिर्वक्रता

30] गॅस वेल्डिंगद्वारे 3.15 मिमी MS> शीटवर टी जॉइंट वेल्डिंग करताना दोन शीटमधील ब्लो पाईपचा कोन किती असावा?

अ] 30 ◦

ब] 45 ◦

क] 60 ◦

ड] 80 ◦

31] स्फोट टाळण्यासाठी एसिटिलीन वायू पास करण्यासाठी कोणत्या धातूच्या पाईपचा वापर करू नये?

अ] गॅल्वनाइज्ड लोह

ब] स्टेनलेस स्टील

क] सौम्य स्टील

ड] कूपर

32] ॲसिटिलीन वायूमध्ये कार्बनची टक्केवारी आहे...

अ] ९९%

ब] 92.3%

क] ८९.१%

ड] ८५.३%

33] ऍसिटिलीन वायूचा समावेश होतो

अ] कॅल्शियम, कार्बन आणि हायड्रोजन

ब] कॅल्शियम आणि हायड्रोजन

C] कॅल्शियम, कार्बन, हायड्रोजन आणि ऑक्सिजन

D] कार्बनआणिहायड्रोजन

34] एसिटिलीन प्युरिफायरमध्ये सल्फरेटेड आणि फॉस्फोरेटेड हायड्रोजन द्वारे काढून टाकले जाते ...

अ] प्युमिस

ब] पाणी

क] फिल्टर लोकर

डी] शुद्धकरणारेरसायने

35]एक हायड्रॉलिक बॅक प्रेशर व्हॉल्व्ह वापरले जाते...

अ] ऑक्सिजन वायूचा दाब वाढतो

ब] एसिटिलीन वायूचा दाब वाढतो

C] मागच्याआगीचाधोकाटाळा

ड] ऑक्सिजनचा दाब कमी होतो

36] 3WT सह MS पाईप एल्बो जॉइंट वेल्ड करण्यासाठी आवश्यक नोझल आकार पूर्ण खोली फ्यूजन आणि चांगला प्रवेश मिळवण्यासाठी आहे ...

अ] ५

ब] ७

क] १०

ड] १३

37] पाईप वेल्डिंगसाठी नोजलची निवड यावर अवलंबून असते ...

अ] खोबणीचा कोन

ब] वेल्डिंग स्थिती

क] पाईपभिंतीचीजाडी

डी] पाईपचा व्यास

38] गॅस वेल्डिंगमध्ये फ्लक्सचे एक कार्य आहे ...

अ] धातूचेऑक्साईडविरघळतात

ब] मानसिक वितळण्याचे बिंदू कमी करा

C] ज्वालाचे तापमान वाढवा

ड] मुळांचा प्रवेश वाढवा

39] कास्ट आयर्न वेल्डिंगसाठी सिंगल वीच्या वी ग्रूव्हचा कोन परंतु संयुक्त ...

अ] ६० ◦

ब] 70 ◦

क] 80 ◦

ड] 90 ◦

40] गॅस वेल्डिंगसाठी फ्लक्सची निवड खालीलपैकी कोणत्या घटकांवर अवलंबून असते?

अ] सामीलहोण्यासाठीसामग्रीचाप्रकार

ब] धार प्रवेशाचा प्रकार

C] इंधन वायूचा प्रकार

ड] ज्वालाचा प्रकार वापरला

41. कांस्य वेल्ड 10 मिमी जाड कास्ट आयर्न जॉबसाठी नोजलचा आकार काय आहे?

अ] ५

ब] ७

क] १०

ड] १३

42] कास्ट आयर्नच्या कांस्य वेल्डिंगसाठी योग्य फिलर रॉड सांगा

अ] पितळ

ब] सिलिकॉनकांस्य

C] मँगनीज कांस्य

डी] सुपर सिलिकॉन कास्ट आयर्न

43] कास्ट आयर्नच्या कांस्य वेल्डिंगमध्ये, बेस मेटल तापमानापर्यंत गरम केले जाते ...

A] 300 ◦ C

ब] 650 ◦ से

C] 1000 ◦ C

ड] 1300 ◦ C

44] तांब्याच्या फ्यूजन वेल्डिंगसाठी वापरल्या जाणाऱ्या फिलर रॉडचे नाव सांगा

अ] मँगनीज ब्राँझ रॉड

ब] <u>तांबेचांदीमिश्रधातुरॉड</u>

C] सिलिकॉन ब्राँझ रॉड

ड] शुद्ध तांब्याची काठी

45] 300 मिमी लांब कॉपर बट जॉइंट गॅस वेल्डिंगसाठी आवश्यक विचलन भत्ता...

A] 1 ते 2 मिमी

ब] 2 ते 3 मि.मी

क] <u>3 ते 4 मि.मी</u>

ड] 4 ते 5 मि.मी

46] 4 मिमी जाड कॉपर बट जॉइंट गॅस वेल्डिंगसाठी धार तयार करण्याचा प्रकार आहे ...

अ] सिंगल बेवेल

ब] <u>एकलव्ही</u>

क] दुहेरी व्ही

ड] चौरस

47] 3.15 मिमी जाडीच्या तांब्याच्या बट जॉइंटच्या कांस्य वेल्डिंगसाठी वापरल्या जाणाऱ्या नोजलचा आकार...

अ] ५

ब <u>]७</u>

क] १०

ड] १३

48] 3 मिमी जाड ब्रास शीटवर बट जॉइंट वेल्डिंगसाठी आवश्यक फिलर रॉड आकार सांगा

अ] 1.6 मिमी

ब] 2 मि.मी

क] 2.5 मिमी

ड] <u>3 मिमी</u>

49] 3 मिमी जाड ब्रास शीट वेल्डिंगसाठी No] 3 नोजल वापरल्यास जो वेल्ड दोष निर्माण होईल त्याचे नाव द्या

अ] अंडरकट

ब] जाळणे

क] सच्छिद्रता

ड] <u>प्रवेशाचाअभाव</u>

50] गॅस वेल्ड करण्यासाठी वापरल्या जाणाऱ्या नोजलचा आकार 3.15 मिमी जाड ॲल्युमिनियम बट जॉइंट आहे ...

अ] १३

ब] १०

क] ७

ड] 5

51] बट जॉइंट म्हणून 2 मिमी जाड स्टेनलेस स्टील शीट वेल्डिंगसाठी वापरल्या जाणाऱ्या नोजलचा आकार...

अ] २

ब] ३

क] ५

ड] ७

52] ॲल्युमिनियमच्या गॅस वेल्डिंगसाठी प्रीहीटिंग तापमानाचे मूल्य काय आहे?

A] 100 ते 120 ◦ C

ब] 150 ते 180 ◦ से

C] 180 ते 200 ◦ C

ड] 210 ते 250 ◦ से

53] सोल्डरिंग ऑपरेशनमध्ये बेस मेटल...

अ] गरमहोतनाही

◦ C पर्यंत गरम केले जाते

◦ C पर्यंत गरम केले जाते

डी] लाल गरम स्थितीत गरम

54] भिन्न धातूंच्या वेल्डिंगसाठी, दोन्ही धातूंच्या खालील गुणधर्मांमध्ये विस्तृत भिन्नता नसावी

अ] लवचिकता

ब] तन्य शक्ती

C] थर्मलविस्तार

ड] प्रतिरोधक पोशाख

55] MS] शीट्सच्या ब्रेझिंगसाठी वापरल्या जाणाऱ्या फ्लक्सचे नाव सांगा

अ] हायड्रोक्लोरिक आम्ल

ब] झिंक क्लोराईड

क] उंच राळ

ड] बोरॅक्स

◦ च्या सुरुवातीच्या कोनातून गॉगिंग टॉर्चचा कोन कोणत्या कोनात कमी केला जातो ?

अ] 20 ते 25 ◦

ब] 15 ते 20 ◦

क] 10 ते 15 ◦

ड] 5 ते 10 ◦

57] थर्मिट वेल्डिंगमध्ये वापरल्या जाणाऱ्या थर्मिट मिश्रणाला सुरुवातीच्या तापमानात प्रज्वलित केले जाऊ शकते.

A] 1500 ◦ C

ब] 1200 ◦ C

C] 1000 ◦ C

ड] ५०० ◦ से

58] शील्ड मेटल आर्क वेल्डिंगचे वर्गीकरण या प्रक्रिये अंतर्गत केले जाते ...

अ] इलेक्ट्रिक रेझिस्टन्स वेल्डिंग

ब] विशेष वेल्डिंग

C] इलेक्ट्रिकआर्कवेल्डिंग

ड] इलेक्ट्रो गॅस वेल्डिंग

59] इलेक्ट्रोड होल्डरचा आकार कसा निर्दिष्ट करायचा?

अ] त्याच्या वजनाने

ब] त्याच्या आकारानुसार

C] त्याच्यावर्तमानवहनक्षमतेनुसार

ड] ते तयार करण्यासाठी वापरल्या जाणार्या धातूद्वारे

60] 3.15 मिमी मध्यम लेपित सौम्य स्टील इलेक्ट्रोडसाठी वर्तमान संच आहे...

A] 50 ते 80 amp

B] 90 ते 120 amp

C] 120 ते 150 amp

ड] 150 ते 170 amp

61] वेल्डेड केल्या जाणाऱ्या धातूंच्या पृष्ठभागावरील तेल, वंगण आणि रंग काढून टाकण्यासाठी तुम्ही कोणती साफसफाईची पद्धत वापराल?

अ] दाखल करणे

ब] वायर घासणे

क] थंड पाण्याने धुणे

डी] पातळकेलेल्याहायड्रोक्लोरिकॲसिडचेसॉल्व्हेंट्सवापरणे

62] इलेक्ट्रोड कोडिंग ER4211 मध्ये, क्रमांक 4211 चा तिसरा अंक दर्शवतो....

अ] वेल्डिंग करंट आणि व्होल्टेजची स्थिती

ब] वाढवणे आणि प्रभाव गुणधर्म

क] सांध्याची तन्य शक्ती

ड] वेल्डिंगस्थिती

63] एक लांब चाप वापरला जातो ...

अ] कमी हायड्रोजन इलेक्ट्रोडसह वेल्डिंग

ब] क्षैतिज स्थिती

C] प्लगकिंवास्लॉटवेल्डिंग

ड] कास्ट आयर्न वेल्डिंग

64] इलेक्ट्रोडचा प्रवास वेग जास्त असल्यास, टी फिलेट जॉइंटवर कोणत्या प्रकारचे वेल्ड दोष आढळतील?

अ] ओव्हरलॅप

ब] स्लॅग समावेश

C] जास्त मजबुतीकरण

ड] मुळांच्याप्रवेशाचाअभाव

65] कव्हरिंग/फायनल रनमध्ये इलेक्ट्रोडच्या अयोग्य विणकामामुळे लॅप फिलेट जॉइंटवर कोणता वेल्ड दोष आढळतो?

अ] तडा

ब] अंडरकट

क] संलयनाचा अभाव

D] प्लेटचीधारवितळली

66] लॅप फिलेट वेल्डमध्ये असमान मण्यांची उंची असते] या दोषाचे कारण काय आहे?

अ] उच्च प्रवाहाचा वापर

ब] कमीवेल्डिंगप्रवासगती

C] इलेक्ट्रोड विणकामासाठी मनगटाच्या हालचालीचा वापर

ड] उच्च वेल्डिंग प्रवास गती

67] मध्यम लेपित इलेक्ट्रोड तयार करण्यासाठी वापरला जाणारा कोटिंग घटक आहे...

अ] १.२५ ते ३

ब] १.४ते१.५

क] १.६ ते २.२

D] 2.2 च्या वर

68] कोणत्या प्रकारचे कोटेड इलेक्ट्रोड सामान्य उद्देश वेल्डिंगसाठी आणि ITIs मध्ये प्रशिक्षणासाठी वापरले जातात?

अ] बेसिक लेपित

ब] लोखंडी पावडर

C] सेल्युलोसिक

ड] रुटाइल

69] की-होल राखणे आणि सिंगल व्ही बट जॉइंटमध्ये योग्य रूट अंतर वापरणे सुनिश्चित करेल ...

अ] आर्क ब्लो इफेक्ट कमी करणे

ब] जलद धातू साठा

क] <u>योग्यरूटप्रवेश</u>

ड] योग्य मजबुतीकरण

70] इलेक्ट्रोडला आडव्या स्थितीत जोडाच्या खालच्या पृष्ठभागासह कोणत्या कोनात धरायचे आहे?

अ] 60 ◦ ते 70 ◦

ब] <u>70 ◦ ते 80 ◦</u>

क] 80 ◦ ते 90 ◦

ड] 90 ◦ ते 100 ◦

71] कोणत्या तापमानापर्यंत ओलावा प्रभावित (ओले) इलेक्ट्रोड एका तासासाठी गरम करावे?

A] 50 ते 100 ◦ C

ब] <u>110 ते 150 ◦ से</u>

C.160 ते 200 ◦ C

ड] 200 ते 250 ◦ से

72] टी फिलेट जॉइंट वेल्डिंग करताना प्लेट सादर करण्याचा उद्देश आहे...

अ] मुळात चांगला प्रवेश मिळवा

ब] विवर दोष टाळा

क] <u>नियंत्रणविकृती</u>

ड] नियंत्रण चाप फुंकणे

73] बट वेल्डेड जॉइंटमध्ये प्रवेशाचा अभाव यामुळे आहे ...

अ] खूप कमी वेल्डिंग गती

ब] लहान कंस लांबी

C] उच्च प्रवाह

ड] <u>कमीप्रवाह</u>

74]वेल्डेड करण्यासाठी प्लेट्स सादर करून कोणत्या प्रकारची विकृती नियंत्रित केली जाऊ शकते?

अ] <u>कोनीयविकृती</u>

ब] आडवा विरूपण

क] अनुदैर्ध्य विकृती

डी] लॉक-अप तणावामुळे विकृती

75] सौम्य स्टीलमध्ये किती टक्के कार्बन असतो?

अ] ०.०५ ते ०.१%

ब] ०.१५ते०.३%

क] ०.५ ते ०.८%

ड] ०.८ ते १.४%

76] जर उच्च कार्बन स्टील प्लेट त्याच्या उच्च गंभीर तापमानापेक्षा जास्त गरम केली गेली आणि नंतर अचानक थंड केली तर ती होईल ...

अ] annealed

ब] स्वभाव

क] कडक

डी] सामान्यीकृत

77] वेल्डेड जॉबमध्ये असलेले अवशिष्ट ताण कमी होतील

अ] वेल्डची कडकपणा वाढवा

ब] वेल्डची लवचिकता कमी करणे

C] लोडलागूझाल्यावरसांधेक्रॅककरा

ड] वेल्डेड जॉइंटचे आयुष्य वाढवते

78] खालीलपैकी कोणत्या धातूची थर्मल चालकता सर्वाधिक आहे?

अ] जस्त

ब] तांबे

क] सौम्य स्टील

ड] ॲल्युमिनियम

79] खालीलपैकी कोणत्या धातूचे वितळण्याचे तापमान सर्वाधिक आहे?

अ] तांबे

ब] टंगस्टन

क] ॲल्युमिनियम

ड] सौम्य पोलाद

80] खालीलपैकी कोणते वेल्डिंग मशीन एसी आणि डीसी वेल्डिंगसाठी वापरले जाऊ शकते?

अ] इंजिन चालित वेल्डिंग जनरेटर

ब] मोटर चालित वेल्डिंग जनरेटर

C] वेल्डिंग ट्रान्सफॉर्मर

ड] वेल्डिंगरेक्टिफायर

81] DC वेल्डिंग जनरेटरमधील भागाचे नाव जे AC पुरवठा व्होल्टेजचे DC वेल्डिंग आउटपुट व्होल्टेजमध्ये रूपांतरित करते ...

अ] आर्मेचर

ब] कम्युटेटर

क] फील्ड कॉइल

ड] कार्बन ब्रशेस

82] खालीलपैकी कोणते कारण मूळ धातूसह मणीचे मिश्रण खराब होते?

अ] इलेक्ट्रोडचा प्रवास खूप मंद होतो

B] प्रवाह खूप जास्त आहे

C] प्रवाहखूपकमी

ड] चाप खूप लहान

83] मूळ धातूमध्ये फॉस्फरसची टक्केवारी अधिक असल्यास खालीलपैकी कोणता दोष निर्माण होतो?

अ] स्लॅग समावेश

ब] पृष्ठभागक्रॅक

क] संलयनाचा अभाव

ड] अंडरकट

84] कमी किंमतीत सौम्य स्टीलच्या वेल्डेड जॉइंटवर पृष्ठभागावरील क्रॅक तपासण्यासाठी तुम्ही चाचणीची कोणती पद्धत वापराल?

अ] क्ष-किरण चाचणी

ब] अल्ट्रासोनिक चाचणी

क] व्हिज्युअलतपासणी

ड] चुंबकीय कण चाचणी

85] खालीलपैकी कोणता दोष टी फिलेट जॉइंटवर निक ब्रेक चाचणीद्वारे तपासला जाऊ शकतो?

अ] विवर क्रॅक

ब] पृष्ठभागावरील तडे

क] मुळांच्याप्रवेशाचाअभाव

ड] घशाची अपुरी जाडी

86] खालीलपैकी कोणते मेटल प्लेट प्रोजेक्शन वेल्डिंग प्रक्रियेद्वारे जोडले जाऊ शकत नाही?

अ] कथील प्लेट

ब] ताम्रपट

C] सौम्य स्टील प्लेट्स

ड] स्टेनलेस स्टील प्लेट्स

87] पाईप वेल्डिंगच्या कोणत्या स्थितीत, पाईप 45 ◦ वर स्थिर आणि क्षैतिज आणि उभ्या दोन्ही बाजूंना कलते?

अ] १ जी

ब] २ जी

क] 5 जी

ड] 6जी

88] 2.5mmØ रुटाइल कोटेड एमएस इलेक्ट्रोडसह पाईप बट जॉइंट वेल्डिंगसाठी सेट केला जाणारा विद्युतप्रवाह आहे...

A] 50A ते 70A

ब] 70A ते 80A

C] 80A ते 90A

ड] 90A ते 100A

89] वेल्डिंग करताना डाउनहिल पद्धतीने पाईपचे वेल्डिंग केले जाते

अ] रोलिंगद्वारेपातळभिंतीचापाइप

ब] स्थिर स्थितीत पातळ भिंतीचा पाईप

क] रोलिंग करून जाड भिंतीचा पाईप

ड] स्थिर स्थितीत जाड भिंतीचा पाईप

90] कोणत्या पाईप वेल्डिंग स्थितीत सर्व पोझिशनल वेल्डिंग करणे आवश्यक आहे?

A] 1G (रोलिंग)

ब] २जी

क] 5 जी

D] 1G (विभागीय)

91] कास्ट आयर्नच्या कोणत्या गुणधर्मामुळे कास्ट आयर्न वेल्ड करणे कठीण होते?

अ] उच्च संकुचित शक्ती

ब] कडकपणाआणिठिसूळपणा

C] कमी वितळण्याचा बिंदू

D] कमी तरलता

92] सौम्य स्टील प्लेटसह कास्ट आयर्न वेल्डिंगसाठी निवडलेल्या इलेक्ट्रोडचा प्रकार आहे...

अ] एमएस] इलेक्ट्रोड

ब] कांस्यइलेक्ट्रोड

C] कमी हायड्रोजन इलेक्ट्रोड

D] स्टेनलेस स्टील इलेक्ट्रोड

93] लोणच्यावेळी तांब्याचे पत्रे स्वच्छ करण्यासाठी वापरल्या जाणाऱ्या द्रावणाचे नाव सांगा

अ] पातळ केलेले नायट्रिक ऍसिड

ब] पातळकेलेलेसल्फ्यूरिकऍसिड

C] पातळ केलेले हायड्रोक्लोरिक ऍसिड

डी] पातळ केलेले कार्बन टेट्रा क्लोराईड

94] तांब्याच्या फ्यूजन वेल्डिंगसाठी कोणत्या प्रकारचे इलेक्ट्रोड वापरले जाते?

अ] इलेक्ट्रोलाइट तांबे

ब] कॉपर सिलिकॉन इलेक्ट्रोड

क] फॉस्फर ब्राँझ इलेक्ट्रोड

डी] डीऑक्सिडाइज्डकॉपरइलेक्ट्रोड

95] अयोग्य साफसफाईमुळे कमी उष्णता इनपुट इलेक्ट्रोडद्वारे केलेल्या वेल्डवर उद्भवणारा नेहमीचा दोष म्हणजे...

अ] अंडरकट

ब] सच्छिद्रता

क] ओव्हरलॅप

ड] तडा

96] स्टेनलेस स्टीलच्या जोड्यांसाठी कोलंबियम आधारित स्टेनलेस स्टील इलेक्ट्रोडचा वापर केला जातो] हे प्रतिबंधित करेल ...

अ] सांध्याला तडा

B] वेल्डक्षय

क] विकृती

ड] थुंकणे

97] स्टेनलेस स्टील वेल्डमधील सच्छिद्रता...

अ] लहान चाप

ब] कमी प्रवाह

क] ओलसरइलेक्ट्रोड

डी] अस्थिर इलेक्ट्रोड

98] ऑक्सी-आर्क कटिंग प्रक्रियेत खालीलपैकी कोणता वापरला जातो?

अ] फ्लक्स लेपित घन इलेक्ट्रोड

ब] बेअर वायर ट्यूबलर इलेक्ट्रोड

C] फ्लक्सलेपितट्यूबलरइलेक्ट्रोड

डी] बेअर टंगस्टन आर्क कटिंग इलेक्ट्रोड

99] कार्बन आर्क कटिंग उपकरणातील इलेक्ट्रोड होल्डर बनलेला असतो...

अ] साधे कार्बन स्टील

ब] गॅल्वनाइज्ड लोह

क] <u>ॲल्युमिनियम</u>

ड] तांबे

100] कॉपींग लेथच्या कॉपिंग युनिटवर काम सुरू आहे

अ] यांत्रिक शक्ती यंत्रणा

ब] हात शक्ती यंत्रणा

<u>C] हायड्रोलिकपॉवरसिस्टम</u>

ड] त्यापैकी एकही नाही

101] हायड्रोलिक पाईप बेंडिंग मशीनचे आतील फॉर्मर्स व्यासापर्यंत पाईप वाकवण्यास सक्षम असतात

अ] 40 मि.मी

ब] 100 मि.मी

क] 20 मि.मी

ड] <u>75 मिमी</u>

102] ग्राइंडिंग मशीनमध्ये वापरल्या जाणाऱ्या हायड्रॉलिक द्रवपदार्थाचा गुणधर्म कोणता नाही?

अ] ते हवा नियंत्रित किंवा शोषू नये

ब] त्यामुळे हलणाऱ्या भागांना गंज येऊ नये

क] पुरेशी स्निग्धता असावी

<u>डी] ऑपरेटिंगतापमानातत्याचीवाफहोणेआवश्यकआहे</u>

103] खालीलपैकी कोणता वायवीय प्रणालीचा फायदा आहे?

अ] <u>कमीकिमतीच्यामांडणीसाठी</u>

ब] उत्पादनाचा दर वाढवण्यासाठी

C] कामाच्या चांगल्या वातावरणासाठी

104] न्यूमॅटिक पॉवर सिस्टमचा कोणता फायदा खालीलप्रमाणे आहे

अ] उत्पादन दर वाढीसाठी.

ब] लेआउटसाठी कमी रोख

क] कामासाठी चांगले वातावरण

<u>ड] सर्ववर</u>

105]हायड्रॉलिक ब्रेक सिस्टीममधील द्रवपदार्थाचा दाब नियंत्रित केला जातो

अ] कायदा उकळतो

ब] चार्ल्स कायदा

C] <u>पास्कलचानियम</u>

D] वरीलपैकी कोणताही कायदा नाही

106] मास्टर सिलेंडरमधील द्रवपदार्थाचा दाब यावर अवलंबून असतो

अ] <u>मास्टरसिलेंडरपिस्टनक्षेत्र</u>

ब] चाक सिलेंडर पिस्टन क्षेत्र

क] पाईप लाईन डाय

ड] द्रव स्निग्धता

107] सिलेंडरमध्ये आणि बाहेर दोन्ही मार्गांनी द्रवपदार्थ येऊ देते

अ] पिस्टन

ब] पुश रॉड

क] प्राथमिक कप

ड] <u>झडपतपासा</u>

108] भरपाई देणारे बंदर सील करते

अ] पिस्टन

ब] पुश रॉड

क] <u>प्राथमिककप</u>

ड] झडप तपासा

109] पिस्टन सक्रिय करते

अ] पिस्टन

ब] <u>पुशरॉड</u>

क] प्राथमिक कप

ड] झडप तपासा

110] द्रवपदार्थावर दबाव निर्माण होतो

अ] <u>पिस्टन</u>

ब] पुश रॉड

क] प्राथमिक कप

ड] झडप तपासा

111] इंधन बाहेर जाण्यासाठी दबाव विकसित करते

अ] झडपा

ब] कॉइल स्प्रिंग

क] <u>डायाफ्राम</u>

ड] रॉकर हात

112] डायाफ्राम सक्रिय करते

अ] झडपा

ब] कॉइल स्प्रिंग

क] डायाफ्राम

ड] <u>रॉकरहात</u>

113] इंधन आत आणि बाहेर वाहू द्या

अ] <u>झडपा</u>

ब] कॉइल स्प्रिंग

क] डायाफ्राम

ड] रॉकर हात

114] ओव्हरफ्लो व्हॉल्व्ह वापरला जातो

अ] <u>इंधन भरणा यंत्रातील अतिरिक्त इंधन परत पाठवणे</u>

ब] इंधन फिल्टरला अधिक इंधन पुरवठा करण्यासाठी

C] स्वच्छ इंधन पुरवठा करण्यासाठी

ड] गळती होणारे इंधन घेणे]

115] स्नेहन प्रणालीमध्ये जास्त तेलाचा दाब यामुळे असू शकतो

अ] संपमध्ये इंजिन तेलाचे प्रमाण कमी

ब] <u>रिलीफव्हॉल्व्हचेचुकीचेसमायोजन</u>

C] सक्शन पाईपवर कमी सक्शन प्रभाव

D] वरीलपैकी काहीही नाही

116] जेव्हा तेलाचा दाब निर्धारित मर्यादेपेक्षा जास्त वाढतो, तेव्हा तेल संपुष्टात येते

अ] <u>प्रेशररिलीफव्हॉल्व्ह</u>

ब] पास वाल्वद्वारे

C] तेल फिल्टर

ड] तेल पंप

117] पुढील आणि मागील ब्रेकला हवा पुरवठा करते

अ] ब्रेक ॲक्ट्युएटर

ब] <u>ड्युअलब्रेकव्हॉल्व्ह</u>

क] प्रणाली संरक्षण झडपा

ड] झडप झडप

118] वाहन पार्किंगसाठी चालवले जाते]

अ] ब्रेक ॲक्ट्युएटर

ब] ड्युअल ब्रेक व्हॉल्व्ह

क] प्रणाली संरक्षण झडपा

ड] <u>झडपझडप</u>

119] स्प्रिंग प्रेशर लावते आणि जेव्हा सिस्टममध्ये हवेचा दाब कमी असतो तेव्हा ब्रेक लावतो

अ] <u>ब्रेकअॅक्ट्युएटर</u>
ब] ड्युअल ब्रेक व्हॉल्व्ह
क] प्रणाली संरक्षण झडपा
ड] झडप झडप
120] विविध सर्किट्समध्ये हवा वितरीत करते
अ] ब्रेक अॅक्ट्युएटर
ब] ड्युअल ब्रेक व्हॉल्व्ह
क] <u>प्रणालीसंरक्षणझडपा</u>
ड] झडप झडप
121] एअर कंप्रेसरद्वारे चालविले जाते
अ] हेवी ड्युटी इंजिन सुरू करणे
ब] स्टार्टर मोटर
C] हायड्रॉलिक क्रँकिंग
ड] <u>इलेक्ट्रिक मोटर</u>
122] पिस्टन सक्रिय करते
अ] पिस्टन
ब] <u>पुशरॉड</u>
क] प्राथमिक कप
ड] झडप तपासा
123] द्रवपदार्थावर दबाव निर्माण होतो
अ] <u>पिस्टन</u>
ब] पुश रॉड
क] प्राथमिक कप
ड] झडप तपासा
124] पिस्टनचे विस्थापन खंड
अ] |.एचपी
ब] <u>स्वीप्टखंड</u>
क] यांत्रिक कार्यक्षमता
ड] अश्वशक्ती
125] सिलेंडरमध्ये पिस्टनच्या खालच्या दिशेने हालचालीचा प्रारंभ बिंदू
अ] <u>TDC</u> .
ब] सायकल
C] BDC]
ड] प्रज्वलन

126] सिलेंडरमध्ये पिस्टनच्या वरच्या दिशेने हालचालीचा प्रारंभ बिंदू
अ] TDC
ब] सायकल
C] BDC]
ड] प्रज्वलन
127] फुंकणे प्रतिबंधित करते
अ] पिस्टन
ब] पिस्टन पिन
क] कनेक्टिंग रॉड
ड] पिस्टनरिंग
128] सिलेंडर मध्ये reciprocates
अ] पिस्टन
ब] पिस्टन पिन
क] कनेक्टिंग रॉड
ड] पिस्टन रिंग
129] पिस्टन आणि कनेक्टिंग रॉड जोडते
अ] पिस्टन
ब] पिस्टनपिन
क] कनेक्टिंग रॉड
ड] पिस्टन रिंग
130] सिलेंडरमध्ये दोलन
अ] पिस्टन
ब] पिस्टन पिन
क] कनेक्टिंगरॉड
ड] पिस्टन रिंग
131] कनेक्टिंग रॉडचा वरचा आणि खालचा भाग बोल्ट केलेला असतो
अ] क्रॅंकशाफ्ट मॅन जर्नल
ब] क्रॅंकपिनजर्नल
क] कॅमशाफ्ट
ड] पिस्टन पिन बॉस
132] क्रॅंकशाफ्ट मेन जर्नल आणि क्रॅंक पिन यांच्यामध्ये छिद्र पाडले जाते
अ] क्रॅंकशाफ्टचे संतुलन
ब] क्रॅंकशाफ्ट वजन कमी करणे
C] वंगणकनेक्टिंगरॉडबीयरिंग

ड] क्रँकशाफ्ट कंपन कमी करणे

133] हवेच्या टाकीतून हवेचा अतिरिक्त दाब कमी होतो]

अ] एअर कंप्रेसर

ब] अनलोडर वाल्व

सी] <u>सुरक्षाझडप</u>

ड] ब्रेक चेंबर

134] कोरचे चुंबकाकडे वळते

अ] <u>सोलेनोइड स्विच</u>

ब] सक्रिय करणारी तार (गरम झाल्यावर)

C] बॅलास्ट प्रतिरोधक

डी] सक्रिय वायर (थंड झाल्यावर)

135] पाईप थ्रेडचा कोन काय आहे?

अ] ६०°

ब] ४७'/२°

C] 29°

<u>डी] ५५°]</u>

136] पाईप धाग्याचा उपयोग काय?

अ] प्रक्षेपण

ब] दबाव राखणे

<u>क] हवाबंद जोडणी</u>

D] वरीलपैकी काहीही नाही]

137] 2" पाईप धाग्याची खोली किती आहे?

अ] ०.५"

ब] ०.६४०"

C] ०.३३५"

<u>डी] ०.५८०"]</u>

138] बाहेरील धागा रॉड किंवा पाईपवर, डाय आणि कटिंग टूलद्वारे प्रदान करतात त्याला ...... म्हणतात.

(अ.) टॅपिंग

(गो.) मरणे

<u>(क.]थ्रेडिंग</u>

(ड.) खोबणी

tap and die1 Tap Die

डाय ॲनिमेशन व्हिडिओ टॅप करा

139] जीएल पाईप्स बाहेरून दिले जातात

अ] कोणतेही धागे नाहीत

ब] <u>समांतर धागे</u>

क] टॅपर्ड धागे

D] समांतर किंवा टॅपर्ड धागे नाहीत.

thread2 screw threads

थ्रेड ॲनिमेशन व्हिडिओ

140] पाईप असेंबलीमध्ये, भांग पॅकिंग वापरले जाते

अ] सुलभ प्रतिबद्धतेसाठी

ब] धाग्यांमधील अंतर भरण्यासाठी

क] <u>गळती टाळण्यासाठी</u>

ड] घट्ट फिटिंग मिळवण्यासाठी.

141]सीलिंग कंपाऊंड पाईप थ्रेडवर लागू केले जाईल

अ] भांग पॅकिंग करण्यापूर्वी

ब] <u>भांग पॅकिंग नंतर</u>

सी] तात्पुरते पॅकिंग करण्यापूर्वी आणि नंतर

D] वरीलपैकी काहीही नाही.

142] चिन्हांकित टाळण्यासाठी तयार ट्यूबलर रेंच पृष्ठभागांवर वापरले जाते]

एक स्टिलसन पाईप

ब] चेन रिंच

क] पट्टा पाना

ड] फूटप्रिंट रेंच

143] बंदिस्त ठिकाणी पाईप्स आणि गोलाकार साठा पकडण्यासाठी आणि फिरवण्यासाठी वापरला जातो]

अ] स्टिलसन पाईप

ब] चेन रिंच

क] पट्टा पाना

ड] फूटप्रिंट रेंच

144] मोठ्या व्यासाचे पाईप्स ठेवण्यासाठी वापरले जाते]

अ] स्टिलसन पाईप

ब] चेन रिंच

क] पट्टा पाना

ड] फूटप्रिंट रेंच

145] पाईप, नळ्या आणि सिलेंडरिक रॉड पकडण्यासाठी आणि वळवण्यासाठी वापरले जाते]

अ] स्टिलसन पाईप

ब] चेन रिंच

क] पट्टा पाना

ड] फूटप्रिंट रेंच

146] दोरी लहान पाईप किंवा रिमला सुरक्षित करते.

अ] स्लिप गाठ

ब] बॉललाइन गाठ

क] चौकोनी गाठ

ड] मेंढीची टांगणीची गाठ]

147] ते दुमडले जाऊ शकते आणि कोणत्याही ठिकाणी वाहून नेले जाऊ शकते] द्रुत रिलीझिंग पाईप वाइससारखेच.

एक पोर्टेबल फोल्डिंग पाईप वाइस

ब] साखळी पाईप वाइस

क] पाईप वाइस

ड] वरीलपैकी नाही

148] 63 मिमी ते 200 मिमी व्यासापेक्षा जास्त पाईप्स ठेवण्यासाठी वापरला जातो.

अ] पोर्टेबल फोल्डिंग पाईप वाइस

ब] साखळी पाईप वाइस

क] पाईप वाइस

ड] वरीलपैकी नाही

149] पाईप्स जलद धरण्यासाठी आणि शोधण्यासाठी वापरले जाते] 63 मिमी व्यासापर्यंत पाईप्स ठेवण्यासाठी वापरले जाते]

अ] पोर्टेबल फोल्डिंग पाईप वाइस

ब] साखळी पाईप वाइस

क] पाईप वाइस

ड] वरीलपैकी नाही

150] 90° चे विचलन प्रदान करते

अ] प्लग

ब] कोपर

क] वाकणे

ड] रेड्यूसर 'टी' ब्रँकझ

151] काटकोनात लांब त्रिज्येसह दिशा बदल प्रदान करते.

अ] प्लग

ब] कोपर

क] वाकणे

ड] रेड्यूसर 'टी' ब्रँकझ

152] अंतर्गत धागा असलेली ओळ बंद करण्यासाठी वापरली जाते.

अ] प्लग

ब] कोपर

क] वाकणे

ड] रेड्यूसर 'टी' ब्रँकझ

153] '45° चे विचलन प्रदान करते

अ] वाकणे

ब] रेड्युसर 'टी' ब्रँकझ

क] कोपर

ड] टी तुकडा

154] धावण्यासाठी काटकोनात आउटलेट प्रदान करते.

अ] वाकणे

ब] रेड्युसर 'टी' ब्रँकझ

क] कोपर

ड] टी तुकडा

155] ' पाइप व्यासामध्ये बदल आवश्यक असेल तेथे वापरला जातो]

अ] वाकणे

ब] रेड्युसर 'टी' ब्रॅकझ

क] कोपर

ड] टी तुकडा

156] माजी व्यक्तीची निवड यावर अवलंबून असते

अ] पाईपचा बाहेरील व्यास

ब] पाईपची भिंत जाडी

क] पाईपचा बोर व्यास

ड] वरील सर्व.

157] वाकण्यासाठी शाखा प्रकारच्या हाताने चालणारे पाईप बेंडिंग मशीन वापरले जाते

अ] पीव्हीसीपाईप्स

ब] ऑनड्युट पाईप्स

C] GIpipes

ड] तांबे पाईप्स.

158] हायड्रोलिक पाईप बेंडिंग मशीनचे आतील फॉर्मर्स व्यासापर्यंत पाईप्स वाकवू शकतात.

अ] 40 मि.मी

ब] 100 मि.मी

क] 20 मि.मी

ड] 75 मिमी

159] पाईप थ्रेडचा समाविष्ट कोन आहे

अ] ६०°

ब] ४७°

C] 55°

ड] ४५°

160] Glpipes मानक लांबी मध्ये उपलब्ध आहेत

अ] 5 मीटर

ब] १८"

क] 6 मीटर

ड] 16 फूट.

161] मानक पाईप फिटिंग्जमध्ये सुसंगत धागे दिले जातात

अ] बी.ए

ब] बीएसडब्ल्यू

क] बसपा

ड] मेट्रिक.

162] Glpipes वरील बाह्य धागे सहज बाहेर पडतात

अ] टॅप सेटद्वारे

ब] मरतो आणि साठा मरतो

क] केंद्र lathes

ड] थ्रेड रोलर्स]

घट्ट बंद असतानाही नळातून वाहणारे पाणी .

अ] स्पिंडल वाकलेला.

ब] दोषपूर्ण वॉशर.

क] स्पिंडलवरील झडप सैल]

ड] स्पिंडल धागा जीर्ण झालेला]

164] चालू आणि बंद करण्यासाठी जोरदार टॅप करा.

अ] स्पिंडल वाकलेला.

ब] दोषपूर्ण वॉशर.

क] स्पिंडलवरील झडप सैल]

ड] स्पिंडल धागा जीर्ण झालेला]

165] चालू असताना टॅपमध्ये मोठा आवाज]

अ] स्पिंडल वाकलेला.

ब] दोषपूर्ण वॉशर.

क] स्पिंडलवरील झडप सैल]

ड] स्पिंडल धागा जीर्ण झालेला]

166] जीएल पाईप्स बाहेरून दिले जातात

अ] कोणतेही धागे नाहीत

ब] समांतर धागे

क] टॅपर्ड धागे

D] समांतर किंवा टॅपर्ड धागे नाहीत.

167] पाईप असेंबलीमध्ये, भांग पॅकिंग वापरले जाते

अ] सुलभ प्रतिबद्धतेसाठी

ब] धाग्यांमधील अंतर भरण्यासाठी

क] गळती टाळण्यासाठी

ड] घट्ट फिटिंग मिळवण्यासाठी.

168] पाईप थ्रेड्सवर सीलिंग कंपाऊंड लागू केले जावे

अ] भांग पॅकिंग करण्यापूर्वी

ब] भांग पॅकिंग नंतर

सी] तात्पुरते पॅकिंग करण्यापूर्वी आणि नंतर

D] वरीलपैकी काहीही नाही.

169] पेडेस्टल ग्राइंडरच्या कार्यामध्ये --------- समाविष्ट आहे

अ] कापण्याचे साधन धार लावणे

ब] उग्र दळणे

<u>क] दोन्ही (अ] आणि (ब]</u>

ड] यापैकी नाही

170] पेडेस्टल ग्राइंडरच्या दोन चाकांसाठी वापरल्या जाणाऱ्या ॲब्रेसिव्हचे प्रकार आहेत-

अ] खडबडीत आणि खडबडीत प्रकार

ब] बारीक आणि बारीक प्रकार

<u>क] खडबडीतआणिदंड</u>

ड] यापैकी नाही

171] ड्रेसर्सद्वारे ग्राइंडिंग व्हीलला आकार देण्याचे ऑपरेशन?

अ] ड्रेसिंग

<u>ब] सत्य</u>

क] अडकणे

ड] ग्लेझिंग

172] ग्राइंडिंग व्हीलचे ड्रेसिंग आणि ट्रूइंग म्हणजे --------

अ] नेमके तेच ऑपरेशन

<u>ब] समानसमीकरणासहक्लोनकरा</u>

क] फक्त खडबडीत चाकासाठी केले जाते

ड] फक्त फॉर्म पीसण्यासाठी

Grinding wheels 1 bench grinder-wheel

ॲनिमेशन व्हिडिओ पीसणे

173] ------------------ वरून बनवलेली ग्राइंडिंग व्हील्स सर्वात सामान्य आहेत कारण त्याच्या मुक्त आणि थंड कटिंग क्रियेमुळे]

<u>अ] ॲल्युमिनियमऑक्साईड</u>

ब] सिलिकॉन ऑक्साईड

C] अमोनियम ऑक्साईड

डी] कार्बाइड]

174] खालीलपैकी कोणता अपघर्षक धातू नसलेल्या वस्तू कापण्यासाठी चाके कापण्यासाठी वापरला जातो?

अ] ॲल्युमिनियम ऑक्साईड

<u>ब] सिलिकॉनकार्बाइड</u>

क] हिरा

ड] वरीलपैकी नाही

175] टंगस्टन कार्बाइड टूल इन्सर्ट पीसण्यासाठी कोणता अपघर्षक कण वापरला जातो?

<u>अ] सिलिकॉनकार्बाइड</u>

ब] ए|२०३

क] हिरा

ड] कोरंडम

176] खालीलपैकी कोणते नैसर्गिक अपघर्षक आहे?

अ] ॲल्युमिनियम ऑक्साईड

ब] सिलिकॉन

C] बोरॉन कार्बाइड

<u>ड] कोरंडम</u>

177] खालीलपैकी कोणते उत्पादित अपघर्षक आहे?

अ] कॉरंडम]

ब] क्वाट्र्ज

<u>क] सिलिकॉन</u>

ड] एमरी

178] स्टील फिटिंग पीसण्यासाठी कोणता अपघर्षक कण वापरला जातो?

अ] सिलिकॉन कार्बाइड

<u>ब] ॲल्युमिनियमऑक्साईड</u>

क] हिरा]

ड] बोरॉन ऑक्साईड

179] काँक्रीटचे दगड आणि गवंडी कापण्यासाठी चाकाचा कोणत्या प्रकारचा अपघर्षक कट वापरावा?

अ] सिलिकॉन

ब] Al203

<u>क] डायमंडग्रिट</u>

ड] काच

180] अॅल्युमिनिअम ऑक्साईड चाक पीसण्यासाठी वापरले जाते ------------

अ] कास्ट लोह

ब] सिमेंट कार्बाइड

<u>क] HSS'</u>

ड] सिरॅमिक

181] टिप केलेल्या उपकरणाच्या ऑफहँड ग्राइंडिंगसाठी योग्य डायमंड व्हीलचा बॉण्ड आहे

अ] रेझिनोइड

ब] विट्रिफाइड

क] शेलॅक

<u>ड] धातू</u>

182] खालीलपैकी कोणते बंध सर्रास वापरले जातात?

<u>अ] विट्रिफाइडबॉण्ड'</u>

ब] रबर बंध

क] शेलॅक बाँड

ड] सिलिकेट बंध

183] रेझिनोइड बाँडसाठी पारंपारिकपणे वापरले जाणारे चिन्ह ~~~~~~~~ आहे

अ] वि

ब] आर फ

<u>क] बी</u>

ड] इ

184] ग्राइंडिंग सराव मध्ये "ग्रेड ऑफ व्हील" या शब्दाचा संदर्भ ---------' आहे.

अ] वापरलेल्या अपघर्षकाची कडकपणा

<u>ब] चाकाच्याबंधाचीताकद</u>

C] चाक 0f समाप्त करा

ड] कामाच्या तुकड्यांची कडकपणा

185] चाके कापण्यासाठी कोणते बंधन वापरले जाते?

अ] रबर

ब] विट्रिफाइड

क] Resirjoid

ड] शेलॅक

186] ग्राइंडिंग व्हीलची कडकपणा -------- द्वारे निर्धारित केली जाते.

अ] ग्राइंडिंगस्ट्रेसविरुद्धबॉण्डद्वारेकेलेलाप्रतिकार

ब] अपघर्षक धान्यांची कडकपणा

क] बंधनाची कडकपणा

ड] आत प्रवेश करण्याची क्षमता

187] अत्यंत वेगाने ग्राइंडिंग व्हील सुरक्षितपणे चालवणे आवश्यक असताना, कोणता बंध वापरावा? "

अ] विट्रिफाइड

ब] शेलॅक

क] सिलिकेट

D] रेझिनोइड' आणिरबर

188] पृष्ठभाग ग्राइंडिंगमध्ये सामान्य उद्देशाच्या पृष्ठभागाच्या ग्राइंडिंगसाठी ग्राइंडिंग व्हीलच्या धान्य आकाराची योग्य श्रेणी कोणती आहे?

अ] 20 ते 36

ब] 46 ते 60

क] 80 ते 120

ड] 150 ते 300

189] भारतीय मानकांनुसार, '46' हे धान्य «w] ----- च्या गटात येते.

अ] खडबडीत

ब] मध्यम

क] ठीक आहे

ड] खूप छान

190] ग्राइंडिंग व्हीलमध्ये वापरल्या जाणाऱ्या ॲब्रेसिव्हचा आकार सामान्यतः ---------- द्वारे निर्दिष्ट केला जातो.

अ] कडकपणा क्रमांक

ब] चाकाचा आकार

क] अपघर्षकाची मऊपणा किंवा कडकपणा

ड] जाळीक्रमांक

191] बेंच ग्राइंडरचा वापर केला जातो

अ] हेवी ड्युटी काम

ब] जड आणि हलके काम

क] लाईटड्युटीकाम

ड] साबणाचे काम

192] बेंच ग्राइंडर ए वर बसवले जातात

अ] पाया

ब] तक्ता]

क] व्हील गार्ड

ड] कन्व्हेयर

193] खालीलपैकी कोणते सर्वात जास्त वापरले जाणारे प्रिसिजन ग्राइंडिंग मशीन आहे?

अ] पृष्ठभाग ग्राइंडर

ब] टूल कटर ग्राइंडर

क] दंडगोलाकार ग्राइंडर

ड] हेसर्व

194] पृष्ठभाग ग्राइंडिंग मशीन टेबल ---------- वर स्लाइड करते

अ] 'टी' __ ५०:

ब] 'v' स्लॉट

क] 'यू' स्लॉट

डी] रेडियल स्लॉट

195] पृष्ठभाग ग्राइंडरचा उद्देश आहे

अ] वक्र पृष्ठभाग तयार करा

ब] सपाटपृष्ठभागतयारकरा

C] बेलनाकार पृष्ठभाग तयार करा

ड] असमान पृष्ठभाग तयार करा

196] उत्पादित दंडगोलाकार दळणे असू शकते

अ] साधा, सिलेंडरआणिस्टेप्ड

ब] प्लॅन, टॅपर्ड आणि सिलेंडर

C] सिलेंडर, टॅपर्ड आणि स्टेप केलेले

197] मिलिंग कटरला तीक्ष्ण करण्यासाठी टूल आणि कटर ग्राइंडरवर कोणत्या प्रकारचे ग्राइंडिंग व्हील वापरले जाते?

अ] सरळ कप चाक

ब] भडकणारेकपचाक

क] डिश चाक

ड] बशी चाक

198] मुख्यतः मिलिंग कटर आणि रीमर धारदार करण्यासाठी टूल आणि कटर ग्राइंडरवर वापरले जाते

अ] सरळ कप

<u>ब] हॅरींगकप</u>

क] ताट

D] दोन्ही बाजूंनी recessed

199] कटर ग्राइंडिंगसाठी डायमंड व्हील वापरताना, चाकाचा वेग 1600/मिमी असण्याची शिफारस केली जाते] कटची खोली किती असावी?

<u>अ] 0005-0025 मिमी</u>

ब] 0025-004 मिमी

C] 004-005 मिमी

ड] 005-005 मिमी

200] खालीलपैकी अचूक ग्राइंडिंग मशीन कोणते आहे?

अ] पेडेस्टल ग्राइंडिंग मशीन

<u>C] दंडगोलाकारपृष्ठभागआणिटूलआणिकटरग्राइंडिंगमशीन</u>

ब] बेंच ग्राइंडिंग मशीन

ड] हात पीसण्याचे यंत्र

201] टूल आणि कटर ------------- द्वारे पुन्हा आकार दिला जातो

अ] पृष्ठभाग पीसण्याचे यंत्र

<u>ब] टूलआणिकटरग्राइंडिंगमशीन</u>

क] दंडगोलाकार ग्राइंडिंग मशीन

ड] रोटरी ग्राइंडिंग मशीन

202] टूल आणि कटर ग्राइंडरच्या भागाचे नाव सांगा ज्यावर व्हील हेड बसवले जात आहे]

अ] पाया

ब] खोगीर

<u>क] स्तंभ</u>

ड] तक्ता

203] सदोष केंद्र छिद्रांमुळे त्रुटी ------- च्या ऑपरेशनद्वारे दूर केली जाते.

अ] पृष्ठभाग ग्राइंडर

<u>ब] मध्यभागीकमीग्राइंडर</u>

क] टूल आणि कटर ग्राइंडर

ड] दंडगोलाकार ग्राइंडर

204] मध्यभागी कमी दळणे, कामाचा तुकडा ----- वर विश्रांती घेतो

अ] चकचे केंद्र

ब] फेस प्लेट

<u>सी] विश्रांतीब्लेड</u>

ड] यांपैकी अली

205] खालीलपैकी कोणता केंद्र ग्राइंडिंगचा फायदा नाही?

अ] लोडिंग आणि अनलोडिंग दरम्यान वॉय पीसची सुलभ हाताळणी

ब] लांब कामाचे तुकडे हाताळणे

क] शाफ्ट आणि ठिसूळ काम दोन्ही हाताळले जाऊ शकते

<u>ड] कमीपीसण्याचावेग</u>

206] सरळ जमिनीचा पृष्ठभाग टूल आणि कटर ग्राइंडरने कापला जातो -----------------

अ] साधे चाक

<u>ब] कपचाक</u>

क] शंकूच्या आकाराचे चाक

ड] डिस्क चाक

207] अनियमित, वक्र, निमुळता, बहिर्वक्र आणि अवतल पृष्ठभाग पीसताना, ग्राइंडर वापरला जातो ~

अ] दंडगोलाकार ग्राइंडर

ब] अंतर्गत ग्राइंडर

क] पृष्ठभाग ग्राइंडर

<u>D] टूलआणिकटरग्राइंडर]</u>

208] मिलिंग कटर/ड्रिल्स/हॉब्स/ब्रोचेस हे उपकरण धार लावण्यासाठी कोणत्या प्रकारचे ग्राइंडिंग मशीन वापरले जाते?

अ] चकणे]

<u>ब] साधनआणिकटर</u>

क] केंद्र कमी

ड] खंडपीठ

209] दळणाच्या साधनांना तीक्ष्ण करण्यासाठी कोणत्या प्रकारचे ग्राइंडिंग मशीन वापरले जाते?

अ] चकणे]

<u>ब] साधनआणिकटर</u>

क] केंद्र कमी

ड] खंडपीठ

210] टूल आणि कटर ग्राइंडरमध्ये मिलिंग कटर पुन्हा तीक्ष्ण करण्यासाठी, कोणते आकाराचे ग्राइंडिंग व्हील योग्य आहे?

A] ग्राइंडिंग व्हीलचा 35 ग्रिट आकार

ब] ग्राइंडिंग व्हीलचा 46 ग्रिट आकार

C] ग्राइंडिंगव्हीलचा 60 ग्रिटआकार

ड] ग्राइंडिंग व्हीलचा 80 ग्रिट आकार

85] 240V स्त्रोताशी जोडलेले असताना हीटर 8A चा विद्युतप्रवाह काढतो] ohms मध्ये हीटर घटकाचे प्रतिरोध मूल्य काय आहे?

अ] 40

ब] २०

क] 30

ड] 60

86] 80 ohms हीटिंग एलिमेंटसह इलेक्ट्रिक सोल्डरिंग लोह 240V आउटलेटमध्ये प्लग केले जाते] लोहाद्वारे किती विद्युत प्रवाह काढला जाईल?

अ] २ अ

ब] 3अ

C] 4A

ड] 5अ

87] कारमधील अल्टरनेटर 4A वितरीत करतो आणि त्याच्या टर्मिनल्समध्ये 3 ओहमचा भार जोडलेला असतो] सर्किटचे व्होल्टेज शोधा

A] 18V

ब] 24V

C] 12V

D] 16V

88] 1K ohms, 2K ohms आणि 7K ohms चे तीन प्रतिरोधक 30 V पुरवठ्यासह मालिकेत जोडलेले आहेत] जर 2 K ohms आणि 7 K ohms रोधक ओपन सर्किट केलेले असतील, तर 7K ohms रेझिस्टरवर जोडलेले एक व्होल्टमीटर सूचित करेल ...

A] 10 k ohms, 3A

ब] 10 k ohms, 300mA

C] 10 k ohms, 3 mA

D] 5 k ohms, 6 mA

89] एक व्होल्टेज स्त्रोत 20 ohms प्रतिकारांवर 40V चा IR ड्रॉप, 30 ohms resistance मध्ये 60V आणि 90 ohms resistance मध्ये 180V सर्व मालिका तयार करतो] लागू व्होल्टेज किती आहे?

अ] 180 वी

ब] 240 व्ही

क] 100 व्ही

D] 280 V

Electrical Generator

मनोज डोळे

Electrical Induction Motor

Electrical Power Distribution System

90] तीन रोधक 27 ohms, 47 ohms आणि 68 ohms समांतर जोडलेले आहेत] ओटल रेझिस्टन्स म्हणजे काय?

A] <u>27 ohms पेक्षाकमी</u>

ब] 68 ohms पेक्षा जास्त

C] 27 आणि 47 ohms दरम्यान

D] तीनही प्रतिकारांची बेरीज

91] एक दशलक्ष आणि एक mege ohms रोधक आहेत दोन्ही समांतर जोडलेले असल्यास, एकत्रित प्रतिरोध मूल्य काय असेल?

अ] <u>०.५मेगाओम</u>

ब] ०.५ मिली ओम

C] ०.५ किलो ओम

ड] ०.५ ओम

92] एक 24 ohms आणि 8 ohms समांतर प्रतिरोधकांना एकत्रित प्रतिरोध प्राप्त होतो ...

अ] 6 ओम

ब] 12 ओम

C] 3 ohms

ड] ३२ ओम

93] खालील मूल्यांचे प्रतिरोधक समांतरपणे जोडलेले आहेत, 5 ohms, 5 kilo-ohms, 50 kilo-ohms, 5 mega ohms] त्यांचा समतुल्य प्रतिरोध खूप जवळ असेल ...

A] 4.5 ohms

B] 4500 ohms

C] 45000 ohms

ड] 4,500,000 ohms

94] दिलेल्या वायरचा प्रतिकार 2 ohms आहे] दुप्पट लांबी आणि दुप्पट क्रॉस सेक्शनल एरिया असलेल्या समान सामग्रीपासून बनवलेल्या इतर वायरचा प्रतिरोध ...

अ] ५ ओम

ब] 6 ओम

C] 2 ohms

ड] 8 ओम

95] दिलेल्या लांबीच्या धातूच्या ताराचे क्षेत्रफळ दुप्पट असल्यास, त्याची प्रतिकारशक्ती...

अ] दुप्पट व्हा

ब] अर्धवटकरणे

क] तसाच राहतो

ड] चार पट अधिक असू द्या

96].खालीलपैकी फक्त एक रेझिस्टन्स वायर मानली जाते

अ] सोने

ब] चांदी

क] निक्रोम

ड] तांबे

97] जेव्हा विरुद्ध ध्रुवीयतेच्या इलेक्ट्रोड्समधील हवा बनते तेव्हा आर्क गरम होते.

अ] ओलावलेला

ब] कोरडे

क] आयनीकृत

D] वरीलपैकी काहीही नाही

98] भट्टीचे तापमान मोजण्यासाठी वापरले जाणारे मीटर...

अ] हायड्रोमीटर

ब] <u>पायरोमीटर</u>

क] हायग्रोमीटर

ड] टॅकोमीटर

99] इलेक्ट्रोलाइटच्या बाबतीत तापमानात वाढ होते...

अ] <u>प्रतिकारशक्तीकमीहोणे</u>

ब] प्रतिकारशक्ती वाढणे

सी] प्रतिकार मध्ये कोणताही बदल नाही

D] वरीलपैकी काहीही नाही

100] कंडक्टरमध्ये विकसित होणारी उष्णता याच्या प्रमाणात असते...

अ] शक्तीचा वर्ग

ब] प्रतिकाराचा चौरस

C] <u>प्रवाहाचावर्ग</u>

ड] वेळेचा वर्ग

101] खाली दिलेल्या चार धातू/मिश्रधातूंपैकी, तापमान बदलासाठी प्रतिकारशक्तीमध्ये जवळजवळ कोणताही बदल होत नाही...

अ] निकेल

ब] निक्रोम

क] प्लॅटिनम

ड] <u>मँगॅनिन</u>

102] चुंबकाने किंचित मागे टाकलेल्या पदार्थाला म्हणतात ...

अ] चुंबकीय

ब] पॅरामॅग्नेटिक

क] <u>डायमॅग्नेटिक</u>

ड] फेरोमॅग्नेटिक

103] ज्या सामग्रीचे चुंबकीकरण अगदी थोडेसे केले जाऊ शकते त्याला म्हणतात...

अ] चुंबकीय

ब] <u>पॅरामॅग्नेटिक</u>

क] डायमॅग्नेटिक

ड] फेरोमॅग्नेटिक

104] सहज चुंबकीकरण करून अतिशय मजबूत चुंबक बनविणाऱ्या पदार्थांना...

अ] <u>फेरोमॅग्नेटिक</u>

ब] डायमॅग्नेटिक

क] पॅरामॅग्नेटिक

ड] कायम चुंबकीय

105] उच्च धारणाक्षमता असलेला पदार्थ उत्पादनासाठी वापरला जाऊ शकतो ...

अ] इलेक्ट्रोमॅग्नेट्स

ब] कायमचुंबक

C] तात्पुरते चुंबक

ड] परमचुंबक

106] कमी धारणक्षमता असलेला पदार्थ उत्पादनासाठी वापरला जाऊ शकतो ...

अ] इलेक्ट्रोमॅग्नेट्स

ब] कायम चुंबक

क] बार चुंबक

ड] परमचुंबक

107] इंडक्टन्सचे चिन्ह आहे ...

अ] एच

ब] मी

क] एल

ड] एक्स

108] ट्यूब लॅम्प चोक हे याचे उत्तम उदाहरण आहे...

अ] ओपन सर्किट केलेले

ब] शॉर्टसर्किटझाले

क] ग्राउंड केलेले

D] तटस्थ रेषेशी जोडलेले

109] ट्यूब लाईट सर्किटमध्ये चोकचे प्रारंभिक कार्य म्हणजे...

अ] प्रारंभ करंट मर्यादित करा

ब] उच्चव्होल्टेजप्रेरितकरा

C] फिलामेंट गरम करा

D] सुरू केल्यानंतर विद्युत् प्रवाह मर्यादित करा

110] ट्यूब लाईट सर्किटमधील चोकचे दुसरे कार्य म्हणजे...

अ] प्रारंभ करंट मर्यादित करा

ब] उच्च व्होल्टेज प्रेरित करा

C] फिलामेंट गरम करा

D] सुरूकेल्यानंतरविद्युत्प्रवाहमर्यादितकरा

111] पासून लाटेची नियतकालिक वेळ 2ms आहे] वारंवारता मोजा

A] 50 HZ

ब] 5 HZ

C] <u>500HZ</u>

ड] 5 KHZ

112] 220 व्होल्ट्सच्या प्रभावी मूल्यासह साइन-वेव्हचे शिखर मोठेपणा किती मोठे आहे?

अ] <u>311 व्ही</u>

ब] 380 व्ही

क] 400 व्ही

ड] ४४० व्ही

113] पीक-टू-पीक व्होल्टेज 99V आहे] साइन वेव्हचे प्रभावी मूल्य किती मोठे आहे?

अ] 70 वी

ब] 44.5V

क] 49.5 व्ही

ड] <u>35 व्ही</u>

114] एक हलणारी कॉइल व्होल्टमीटर 10 V AC वाचतो] प्रभावी व्होल्टेज किती मोठा आहे?

अ] उच्च

ब] कमी

क] <u>समान</u>

ड] 10% जास्त

115] एक हलणारे लोह ammeter 10 A वाचते] दोलनाचा शिखर प्रवाह किती मोठा आहे?

अ] ७.०७ अ

ब] 1.1414A

क] ७०.७ अ

ड] <u>14.1 अ</u>

116] 2 amps चा विद्युत् प्रवाह 10 ohms च्या resistance मधून वाहतो] resistance मध्ये dissipated power is equal...

अ] 20 वॅट्स

ब] 200 वॅट्स

C] <u>40 वॅट्स</u>

ड] 5 वॅट्स

117] व्होल्टेज स्थिर ठेवून वारंवारता 50 HZ वरून 100 HZ पर्यंत बदलल्यास, पुरवठ्याशी जोडलेल्या कॉइलची प्रेरक अभिक्रिया...

अ] समान राहते

ब] अर्धा होणे

क] दुप्पटहोतात

ड] 4 वेळा होतात

118] क्षमता प्रभावित होत नाही ...

अ] प्लेट क्षेत्र

ब] प्लेट्समधील अंतर

क] द्वंद्वात्मक साहित्य

ड] वारंवारता

119] कॅपेसिटरची कॅपेसिटिव्ह प्रतिक्रिया बदलते...

अ] थेट वारंवारता सह

ब] वारंवारतेसहउलट

सी] थेट लागू व्होल्टेजसह

डी] लागू व्होल्टेजसह उलट

120] एका कॅपेसिटरला 6 व्होल्ट्स लावल्यावर 3 कूलॉम्ब चार्ज प्राप्त होतो] त्याची कॅपॅसिटन्स आहे ...

अ] ०.५फॅराड

ब] 3 फराद

क] 3 फराद

ड] 18 फराद

121] एक कॅपेसिटर 200 व्होल्ट एसी लाईनवर जोडलेला असतो, त्याची किमान व्होल्टेज रेटिंग असावी...

अ] 100 व्होल्ट

ब] 200 व्होल्ट

C] 300 व्होल्ट

ड] 400 व्होल्ट

122] ओममीटरने कॅपेसिटरची चाचणी करताना, मीटर काही प्रतिकार दर्शवतो] चाचणी अंतर्गत कॅपेसिटर आहे...

अ] गळती

ब] उघडा

क] चांगले

ड] लहान

123] 80 मायक्रो फॅराड कॅपेसिटरसह मालिकेत जोडलेल्या 40 मायक्रो फॅराड कॅपेसिटरची एकूण कॅपेसिटन्स आहे...

अ] 26.7 मायक्रोफॅराड

ब] 40 मायक्रो फॅराड

C] 60.6 मायक्रो फॅराड

ड] 120 मायक्रो फॅरड

124] 3 मायक्रो फॅराड कॅपेसिटरपैकी 3 नग मधून 1 मायक्रो फॅराड कॅपेसिटर मिळविण्यासाठी आपल्याला कनेक्ट करावे लागेल ...

अ] सर्व समांतर

ब] <u>सर्वमालिका</u>

C] 2 मालिका आणि एक समांतर

D] वरीलपैकी काहीही नाही

125] R आणि C असलेल्या AC मालिकेतील सर्किटमध्ये कॅपेसिटरमधून वाहणारा विद्युतप्रवाह असेल...

अ] व्होल्टेज मागे पडणे

ब] <u>व्होल्टेजअग्रगण्य</u>

सी] व्होल्टेजसह टप्प्यात

D] वरीलपैकी काहीही नाही

126] आरसी सिरीज सर्किटमध्ये पुरवठ्याची वारंवारता वाढल्यास कॅपेसिटिव्ह रिॲक्टन्स असेल

अ] <u>कगीकेले</u>

ब] वाढले

क] कोणताही परिणाम होत नाही

D] वरीलपैकी काहीही नाही

127] पॉवर कंपन्यांना पॉवर फॅक्टरमध्ये सुधारणा करण्यात रस आहे

अ] <u>रेषाप्रवाहकमीकरा</u>

ब] मोटर कार्यक्षमता वाढवा

C] व्होल्ट-अँपिअर वाढवा

ड] शक्ती कमी करणे

128] कॅपेसिटर AC मोटर लोडचे पॉवर फॅक्टर मूल्य वाढवते जेव्हा ते जोडलेले असते...

अ] मोटरसह मालिकेत

ब] स्टार्टरसह मालिकेत

C <u>] मोटरच्यासमांतर</u>

डी] मुख्य वळण असलेल्या मालिकेत

129] सामान्यतः, इनॅन्डेन्सेंट लाइटिंग सर्किटचा पॉवर फॅक्टर असतो..

अ] ०

ब] ०.५

क] ०.७०७

ड] <u>१.०</u>

130] जेव्हा आरएलसी मालिका सर्किटमध्ये विद्युतप्रवाह निश्चित करण्यासाठी एकट्या प्रतिकाराचा वापर केला जातो, तेव्हा सर्किट...

अ] एक प्रेरक सर्किट

ब] एक कॅपेसिटिव्ह सर्किट

क] एक संयोजन सर्किट

डी] <u>एकरेझोनंटसर्किट</u>

131] प्रेरक प्रतिक्रिया थेट संबंधित आहे..

अ] प्रतिकार

ब] <u>वारंवारता</u>

क] कॅपेसिटन्स

ड] शक्ती

132] पॉवर फॅक्टर सुधारण्यासाठी सिंक्रोनस मोटर वापरली जाते तेव्हा ...

अ] उत्तेजित

ब] <u>अतिउत्साहीत</u>

क] भारित

ड] लोड न करता धावणे

133] RL समांतर सर्किटमध्ये, एकूण विद्युत् प्रवाहाच्या विरोधाला...

अ] प्रतिक्रिया

ब] प्रतिकार

C] सदिश बेरीज

ड] <u>प्रतिबाधा</u>

134] AC समांतर RL सर्किटमध्ये, पॉवर येथे विसर्जित होते

अ] प्रतिबाधा

ब] <u>प्रतिकार</u>

क] अधिष्ठाता

ड] कॅपेसिटन्स

135] कार्बन झिंक सेलचे नाममात्र आउटपुट व्होल्टेज किती आहे?

A] 12V

ब] <u>1.5V</u>

C] 2.0V

D] 2.2V

136] सेल या मालिकेत जोडलेले आहेत..

अ] <u>आउटपुटव्होल्टेजवाढवा</u>

B] आउटपुट व्होल्टेज कमी करते

C] अंतर्गत प्रतिकार कमी करा

ड] वर्तमान क्षमता वाढवा

54137 मध्ये कनेक्ट केले

अ] मालिका

ब] <u>समांतर</u>

क] मालिका-समांतर

ड] समांतर-मालिका

138] सेलची क्षमता मोजली जाते

अ] वॅट-तास

ब] वॅट्स

क] अँपिअर

ड] <u>अँपिअर-तास</u>

139] सर्वात कमी शेल्फ लाइफ असलेली प्राथमिक सेल आहे

अ] <u>कार्बन – जस्त</u>

ब] अल्कधर्मी

क] पारा

ड] लिथियम

140] ज्या सेलमध्ये दिलेल्या वजनासाठी किंवा व्हॉल्यूमसाठी खूप जास्त ऊर्जा घनता असते

अ] कार्बन-जस्त

ब] अल्कधर्मी

क] पारा

D <u>] लिथियम</u>

141] 100-Ah क्षमतेच्या बॅटरीने अंदाजे...

अ] <u>12 ता</u>

ब] 8 ता

क] 20 ता

ड] 100 ता

142] जेव्हा बॅटरी जास्त काळ निष्क्रिय ठेवण्याची गरज असते तेव्हा...

अ] बॅटरी जास्त चार्ज करा

ब] इलेक्ट्रोलाइट काढून टाका

क] प्लेट्स डिस्टिल्ड वॉटरने स्वच्छ करा

D] <u>त्यांनावाळवाआणिबॅटरीथंडकोरड्यास्वच्छठिकाणीसाठवा</u>

143] निकेल आयर्न सेलचे सक्रिय पदार्थ आहेत...

अ] निकेल हायड्रॉक्साइड

ब] चूर्ण केलेले लोह आणि त्याचे ऑक्साईड

क] कॉस्टिक पोटॅशचे 21% द्रावण

ड] <u>वरीलसर्वसाहित्य</u>

144] सेलची क्षमता मोजली जाते

अ] वॅट तास

ब] वॅट्स

क] अँपिअर

ड] <u>अँपिअर-तास</u>

145] दुय्यम सेल चार्ज करण्यासाठी, प्रणाली वापरली जाते

अ] कमी व्होल्टेज एसी

ब] उच्च व्होल्टेज एसी

क] एसी

ड] <u>डीसी</u>

146] सामान्य औद्योगिक पुरवठा प्रणालीतील टप्प्यांची संख्या किती आहे?

अ] एक

ब] <u>तीन</u>

क] चार

ड] दोन

147] 3 फेज स्टार कनेक्ट अल्टरनेटरमध्ये, कॉइलमध्ये फेज फरक असतो ...

अ] <u>120◦</u>

ब] 240◦

क] 60◦

ड] 360◦

148] डेल्टा कनेक्शन खालीलपैकी कोणतेही वापरले जात नाही

अ] ट्रान्समिशन लाइन ट्रान्सफॉर्मरचे प्राथमिक

ब] अल्टरनेटर विंडिंग

C] वितरण ट्रान्सफॉर्मरचे दुय्यम

डी] <u>वितरणट्रान्सफॉर्मरचेप्राथमिक</u>

149] 3-फेज असंतुलित भार प्रणालीमध्ये शक्ती मोजण्यासाठी कोणती पद्धत वापरली जाऊ शकते?

अ] एक वॉटमीटर पद्धत

ब <u>] टोवॅटमीटरपद्धत</u>

क] तीन वॅटमीटर पद्धत

ड] तीन ammeter पद्धत

150] 3-फेज, 3 वायर सिस्टममध्ये 3-हॅस पॉवर मोजण्यासाठी दोन वॅटमीटर वापरले जाऊ शकतात ...

अ] संतुलित भार

ब] असंतुलित भार

C] <u>संतुलिततसेचअसंतुलितभार</u>

ड] संतुलित भार बाहेर

151] जेव्हा लोड असेल तेव्हाच 3-फेज सिस्टीममध्ये वीज मोजण्यासाठी एकल वॉटमीटरचा वापर केला जाऊ शकतो.

अ] <u>संतुलित</u>

ब] असंतुलित

C] संतुलित तसेच असंतुलित भार

ड] स्थिर

152] सूचक साधनामध्ये पॉइंटरची हालचाल निर्माण करणारे बल म्हणतात...

अ] <u>विक्षेपणशक्ती</u>

ब] नियंत्रण शक्ती

क] ओलसर बल

ड] विचलित करणारी शक्ती

153] कायम चुंबक हलवणारे कॉइल इन्स्ट्रुमेंट वाचेल...

अ] फक्त एसी परिमाण

ब] <u>फक्त DC प्रमाण</u>

C] AC आणि DC दोन्ही प्रमाण

ड] धडधडणारे प्रमाण

154] गुरुत्वाकर्षण नियंत्रण वापरणारे साधन.. मध्ये वापरले तर ते बरोबर वाचेल.

अ] <u>फक्तउभ्यास्थितीत</u>

ब] फक्त क्षैतिज स्थिती

C] फक्त झुकलेली स्थिती

ड] कोणतेही पद

155] कायमस्वरूपी चुंबक हलवणाऱ्या कॉइल इन्स्ट्रुमेंटमध्ये खालीलपैकी कोणती ओलसर पद्धत वापरली जाते?

अ] हवा ओलावणे

ब] द्रवपदार्थ ओलावणे

क] स्प्रिंग ओलसर

ड] एडीकरंटडॅम्पिंग

156] मूव्हिंग कॉइल इन्स्ट्रुमेंट ... च्या प्रभावावर कार्य करते.

अ] रासायनिक प्रभाव

ब] हीटिंग इफेक्ट

सी] इलेक्ट्रोस्टॅटिक प्रभाव

ड] इलेक्ट्रोमॅग्नेटिकप्रभाव

157] विद्युत उर्जा मोजण्यासाठी तुमच्या घरी बसवलेले मीटर हे याचे उदाहरण आहे...

अ] संकेत प्रकार साधन

ब] रेकॉर्डिंग प्रकार साधन

C] सूचितकरणारेतसेचरेकॉर्डिंगप्रकाराचेसाधन

ड] इंटिग्रेटिंग टाईप इन्स्ट्रुमेंट

158]. कायम चुंबकासाठी खालीलपैकी कोणत्या साहित्याला प्राधान्य दिले जाते?

अ] अल्निको

ब] य-मिश्रधातू

C] सिलिकॉन स्टील

ड] लोह

159] ज्या वाद्याचे निरपेक्ष साधन म्हणून वर्गीकरण केले जाऊ शकते ते आहे...

अ] मिली ammeter

ब] सूक्ष्म ammeter

C] गॅल्व्हॅनोमीटर

ड] स्पर्शिकागॅल्व्हनोमर

160] खालीलपैकी कोणत्या पद्धतीचा वापर लोखंडी यंत्रामध्ये सामान्यतः केला जातो?

अ] हवाओलावणे

ब] द्रवपदार्थ ओलावणे

क] एडी करंट डॅम्पिंग

ड] स्निग्धता भिजवणे

161] फिरत्या लोखंडी उपकरणाचा विक्षेपित टॉर्क थेट प्रमाणात असतो.

अ] प्रवाह

ब] प्रवाहाचावर्ग

C] प्रवाहाचे वर्गमूळ

डी] व्होल्टेज

162]मध्यम प्रतिरोधकता थेट मोजण्यासाठी खालीलपैकी कोणता वापरला जातो?

अ] ammeter

ब] मेगर

क] ओममीटर

ड] व्होल्टमीटर

163] ओममीटर मोजण्यासाठी वापरले जाते ...

अ] इन्सुलेशन प्रतिरोध

ब] प्रतिकार

क] प्रवाह

ड] संभाव्य फरक

164] खालीलपैकी कोणता घटक ओममीटरचा भाग नाही?

अ] स्थिर रोधक

ब] व्हेरिएबल रेझिस्टर

C] कपॅसिटर

डी] बॅटरी

165] शंट ओममीटरमध्ये, कमाल विक्षेपण दर्शवते..

अ] कमालप्रतिकार

ब] किमान प्रतिकार

सी] मेगर मध्ये एक दोष

ड] यापैकी नाही

166].अज्ञात DC व्होल्टेज मोजायचे आहे, तुम्ही प्रथम कोणती मापन श्रेणी निवडाल?

A] 500V

ब] 50V

क] 1.5 व्ही

ड] 0.5V

167].मायक्रो अँपिअर रेटिंगचा अज्ञात डायरेक्ट करंट मोजायचा आहे, तुम्ही प्रथम कोणती मापन श्रेणी निवडाल?

अ] 20 मायक्रो अँप

ब] 15 मायक्रो अँप

C] 150 मायक्रो अँप

डी] 500 मायक्रोअँप

168] मल्टीमीटर मोजू शकत नाही...

अ] प्रवाह

ब] संभाव्य फरक

C] c apacitance

ड] प्रतिकार

169] डायनॅमोमीटर प्रकार मोजण्यासाठी वापरले जातात ...

अ] फक्त एसी परिमाण

ब] <u>फक्त DC प्रमाण</u>

C] AC आणि DC दोन्ही

ड] फक्त स्पंदन करणारा एसी

170] वॉटमीटरमध्ये कोणता प्रभाव वापरला जातो?

अ] <u>इलेक्ट्रोडायनामिकप्रभाव</u>

ब] थर्मल इफेक्ट

क] रासायनिक प्रभाव

ड] इलेक्ट्रोस्टॅटिक प्रभाव

171] खाली सूचीबद्ध केलेले कोणते वाद्य AC आणि DC दोन्हीमध्ये वॉटमीटर म्हणून कार्यक्षमतेने कार्य करते?

A] PMMC साधन

ब] <u>डायनामोमीटरवाद्य</u>

क] गरम तार वाद्य

डी] एमआय इन्स्ड्रुमेंट

172] इलेक्ट्रोडायनामिक प्रकारचे साधन सामान्यतः मोजण्यासाठी वापरले जाते ...

अ] व्होल्टेज

ब] प्रवाह

C] प्रतिकार D]

173] जेव्हा ऊर्जा मीटरचा फेज आणि न्यूट्रल अदलाबदल होतो तेव्हा त्याची डिस्क...

अ] <u>उलटदिशेनेफिरते</u>

B] योग्य दिशेने फिरते

क] थांबेल

ड] हळूहळू फिरते

ई] उच्च वेगाने फिरते

174] जेव्हा ऊर्जा मीटरची चकती कोणतेही भार न जोडता फिरत असते तेव्हा त्रुटी म्हणतात.

अ] <u>रेंगाळणारीत्रुटी</u>

ब] फेज त्रुटी

C] घर्षण त्रुटी

डी] तापमान त्रुटी

175] AC सिंगल फेज एनर्जी मीटर्सच्या युनिटमध्ये ऊर्जेची नोंद करतात.

अ] <u>किलोवॅटतास</u>

ब] हजारो डिस्क रोटेशनची संख्या

C] व्होल्ट अँपिअर

D] किलो व्होल्ट अँपिअर

176] एक मेगर प्रतिकारशक्ती मोजतो...

अ] ओम

ब] शेकडो ओम

क] हजारो ओम

ड] लाखोओम

177] एक मेगर केवळ मोजण्यासाठी डिझाइन केलेले आहे..

अ] खूपउच्चप्रतिकार

ब] खूप कमी प्रतिकार

C] पॉवर लाईन्समधील ग्राउंड फॉल्ट्स

डी] डीसी मोटर्सवर जास्त भार

178] पाईप अर्थिंगसाठी स्टील पाईपच्या गॅल्वनाइज्ड लोहाचा किमान अंतर्गत व्यास आवश्यक आहे ...

अ] 12.5 मिमी

ब] 16 मिमी

क] 3.5 मिमी

ड] 4 मी

179] पृथ्वीचा वाहक जमिनीवर जाण्यासाठी मार्ग प्रदान करतो..

अ] गळतीकरंट

ब] प्रवाहापेक्षा जास्त

C] उच्च व्होल्टेज

डी] सर्किट करंट

180] जर सर्किट कॉपर कंडक्टरचा आकार 10 चौरस-मिमी असेल तर GI] वायरमधील अर्थ कंडक्टरचा आकार ...

अ] 1.5 चौ.मी

ब] 2.5 चौ.मी

C] 5 चौ.मि.मी

ड] 10 चौ.मी

181] एक कॅलरी म्हणजे,,,

अ] 4187 जूल

ब] 418.7 ज्युल

C] 41.87 ज्युल्स

ड] ४.१८७ज्युल्स

182] बेअर हीटिंग एलिमेंटसह इलेक्ट्रिकल स्टोव्हची ऑपरेटिंग तापमान श्रेणी आहे...

A] 300◦ ते 400◦C

ब] 500◦ ते 600◦C

C] <u>550◦ ते 900◦C</u>

ड] 1100◦ ते 1300◦C

183] कोणते उपकरण विद्युत प्रवाहाच्या गरम प्रभावावर कार्य करते?

अ] प्रदीप्त दिवा

ब] द्विधातु थर्मोस्टॅट

C] HRC फ्यूज

ड] <u>टोस्टर</u>

184] 1000 वॅट्स, 230V हीटर 500◦C वर गरम करण्यासाठी निक्रोम वायरचा आकार किती आहे?

अ] 18 SWG

ब] 20SWG

C] <u>24 SWG</u>

D] 25 SWG

185] हीटर बेससाठी वापरली जाणारी उष्णतारोधक सामग्री...

अ] अभ्रक

ब] <u>पोर्सिलेन</u>

क] अभ्रक

ड] काचेचे लोकर

186].स्वयंचलित विद्युत लोहाचा तापमान नियंत्रित करणारा घटक आहे...

अ] गरम करणारे घटक

ब] <u>थर्मोस्टॅट</u>

क] एकमेव प्लेट

ड] दाब प्लेट

cnc lathe qr

cnc milling machine

सीएनसीमशीनटेपपंच

image

248] टेप पंच 1 इंच रुंदीच्या टेपने बनविला जातो
A] पेपर Mylar
ब] ॲल्युमिनियम मायलार
<u>क] प्लास्टिक</u>
ड] सर्व वर
249] पॉइंट टू पॉइंट पोझिशनिंग पोझिशनिंग सिस्टम........] स्वीकार्य आहे
अ] ओपन लूप कंट्रोल सिस्टम
<u>ब] बंदलूपनियंत्रणप्रणाली</u>
क] दोन्ही वर
ड] त्यापैकी एकही नाही
250] सीएनसी मशीनमध्ये......
अ] लीड स्क्रू
<u>ब] बॉललीडस्क्रू</u>
क] दोन्ही वर
ड] दोन्हीपैकी नाही
<u>CNC कार्यक्रमसमन्वयक</u>

image

251] उप कार्यक्रमाचे उद्दिष्ट आहे........
A] XY Z समन्वय शोधण्यासाठी.
ब] इतर लहान मशीनसाठी.

क] कटिंग टूल नोज टूल नोज पेनिट्रेशन मध्ये जॉब्स पृष्ठभाग उच्च गती टाळण्यासाठी.

ड] विशेषस्थितीतकामाचीमशीनिंगकरतानाप्रोग्रामब्लॉकच्यावेळेचावापरकरूनका.

252] xyz को-ऑर्डिनेट पॉइंट शून्य-माप मोजत असताना वेळ म्हणजे काय

अ] संदर्भ चिन्ह.

ब] काम शून्य

C] समन्वय बिंदू

ड] सर्ववर

253] सीएनसी मशीन अक्षाद्वारे निर्दिष्ट......

अ] 2 अक्ष

ब] 3 अक्ष

क] 4 अक्ष

ड] सर्ववर

सीएनसीमशीनअक्ष

image

254] CNC मशीनचा Xyz अक्ष जो मोजमापासाठी वापरला जातो.

अ] कार्यशून्यबिंदू

ब] यंत्र शून्य बिंदू

C] सामान्य शून्य बिंदू

ड] सर्व वर

255] सीएनसी मशीनमध्ये कोणता बिंदू उपयुक्त नाही.

अ] सीएनसी मशीनवर विविध ऑपरेशन केले जातात.

ब] तपासणीसाठी कमी रक्कम.

क] माप सेट करण्यासाठी कठीण.

D] मशीनचीकार्यक्षमताऑपरेटरच्याकौशल्यावरअवलंबूनअसते.

२५६] आवश्यकतेपूर्वी शून्य ऑफसेट निवडण्यासाठी.........

A] कटर मशीनच्या टेबलावर निश्चित केले आहे.

ब] मशीनमध्ये प्रविष्ट केलेला डेटा.

क] मशीन टेबलवर नोकरी निश्चित केली आहे.

D] मशीनचालवण्यापूर्वीवेगआणिफीडचीनिवडआवश्यकआहे.

सीएनसीकार्यशून्यऑफसेटसेटिंग.

image

257] शून्य ऑफसेट प्रोग्राम सूचित करतो.......] खालील कोड

अ] X yz

ब] X0 y0 z00

C] X10 Y20 Z30

D] G71

258] काम शून्य आहे

अ] जॉब पोझिशनवरील मशीन शून्याचा डेटा.

ब] X0Y0Z0 द्वारे सूचित करा.

क] कार्यक्रमानुसारनोकरीवरीलबिंदूचीनिवड.

ड] मशीनिंग पॉइंटचा शेवट

259] M कमांड ऑपरेशन सुरू करण्यासाठी आणि संपूर्ण क्रांती चक्र M03 म्हणजे पूर्ण करण्यासाठी वापरली जाते.

अ] कार्यक्रम थांबवा.

ब] कार्यक्रम पूर्ण आणि रीसेट.

क] कार्यक्रम पूर्ण करा.

ड] स्पिंडलघड्याळाच्यादिशेनेगती.

सीएनसीमशीनस्नेहन

image cnc lubricating-unit

260] सीएनसी मशिन मॅन्युअली चालवत नाही ते .... द्वारे नियंत्रित केले जाते.
<u>एककार्यक्रम</u>
ब] ऑपरेशन
क] कॅम
ड] प्लग बोर्ड प्रणाली
261] CNC मशीन मध्ये M13 म्हणजे
अ] शीतलक थांबा
ब] शीतलक चालू
क] स्पिंडल स्टॉप
<u>D] कूलंटचालूआणिस्पिंडलचालू</u>
262] CNC मशीनमधील पॉवर पॅकचे कार्य.
<u>अ] वंगणउष्णतासंतुलितकरण्यासाठी.</u>
ब] स्नेहकांच्या वाढत्या उष्णतेसाठी.
क] वंगण उष्णता नष्ट करण्यासाठी.
ड] सर्व वर.
<u>सीएनसीमशीनबेड.</u>

image

263] सीएनसी मशीन बेडचा विभाग आहे.....
सपाट
ब] अर्धी फेरी

क] आयताकृती

ड] त्रिकोणी

264] खालील विधान CNC मशीनचे नुकसान आहे.

अ] कमी तपासणी शुल्क.

ब] कमी टूलिंग चार्ज.

क] उत्पादन दर वाढवा.

ड] उच्चआस्थापनाशुल्क.

265] पॉईंट टू पॉइंट सिस्टम ...... साठी अधिक प्रभावी आहे.

अ] वळणे

ब] प्रोफाइल मिलिंग

क] दळणे

ड] ड्रिलिंग

एनसीमशीनवरटूलसेटिंग.

image

266] NC मशीनवर टूल सेटिंग......] युनिट.

अ] प्रीसेटिंगडिव्हाइस.

ब] मशीनशिवाय विशेष उपकरण ऑर्डर करा.

C] nc मशीनवर इतर रिकामी वेळ.

ड] इतर ऑपरेशन मशीनवर काम करताना.

267] या प्रणालीमध्ये अंगभूत निर्देशांक असलेल्या मोजमाप प्रणालीला शून्य स्थिती म्हणतात.

अ] संदर्भ बिंदू.

ब] यंत्र शून्य बिंदू.

क] शून्यबिंदूकाम

D] कार्यक्रम शून्य बिंदू.

268] जॉब चालू करणे CNC मशीन 50 mm dia टर्न विथ प्रोग्रॅम्सने सांगितले की ट्रायल उत्पादनाच्या वेळी 50.1 mm चा चालते ज्यानंतर Idea चा वापर योग्य डाय

मेकिंगसाठी केला जातो.

A] टूलचा ऑफसेट वाढवून 0.1 मिमी.

ब] टूलचा ऑफसेट वाढवून 0.05 मिमी

C] टूलऑफसेटकमीकरून 0.05 मिमी

D] टूल ऑफसेट कमी करून 0.1 मिमी

सीएनसीकॉपींगलेथमशीन.

image

269] सीएनसी मशीनवर शून्य ऑफसेट मंद परिमाण मोजण्यासाठी.........मोड सेट केला आहे

A] MDI

ब] जोग

क] स्वयंचलित

ड] प्रीसेट

270] कॉपींग लेथच्या कॉपिंग युनिटवर काम सुरू आहे

अ] यांत्रिक शक्ती यंत्रणा

ब] हात शक्ती यंत्रणा

C] हायड्रोलिकपॉवरसिस्टम

ड] त्यापैकी एकही नाही

271] न्यूमॅटिक पॉवर सिस्टमचा कोणता फायदा खालीलप्रमाणे आहे

अ] उत्पादन दर वाढीसाठी.

ब] लेआउटसाठी कमी रोख

क] कामासाठी चांगले वातावरण

ड] सर्ववर

सीएनसीमशीनटेम्पलेट्सचेतत्त्व.

image

272] चेहरा कॉपी करण्यासाठी........] टाईप टेम्प्लेट वापरला जातो

अ] गोलाकार

ब] प्लेट प्रकार

क] सपाट

ड] त्रिकोणी

273]............] सीएनसी मशीनचे मुख्य तत्व आहे का?

अ] सर्व अवस्था संख्यांमध्ये दर्शवा

ब] मशीनवरील यांत्रिक नियंत्रणासाठी अधिक वेळ आवश्यक आहे.

C] कटिंग गती मॅन्युअल नियंत्रणापेक्षा जास्त आहे.

ड] वर्कशॉपमधीलउत्पादनक्रममशीनमध्येब्लॉकनंबरद्वारेसंग्रहितकेलाजातो.

274] एका शाफ्टच्या प्रतीसाठी.......] टाईप टेम्प्लेट वापरला जातो.

अ] गोलाकार

ब] त्रिकोणी

क] सदनिका

ड] चौकोन

सीएनसीप्रोग्रामटूलपथ.

image

275] अखंड मार्गाची लक्षणे आहेत

अ] मोजणी प्रणाली म्हणतात.

ब] आंतरसंबंधित गतीसाठी को-ऑर्डिनेट अक्षावरील टूल आणि वर्क पीस.

क] कटर फीड आणि गती सेटिंग करून

<u>ड] सर्ववर</u>

276] Misc कमांड M30 म्हणजे........

<u>अ] प्रोग्रामचाशेवटआणिरीसेट</u>

ब] कार्यक्रम थांबवा

क] स्पिंडलची घड्याळाच्या दिशेने गती

ड] कार्यक्रम पूर्ण करा

277] अनुदैर्ध्य फीडसह अनसेटिंग स्पिंडल वर्टिकल मिलिंग मशीनसह मिलिंग करताना मिलिंग पृष्ठभागावर परिणाम होतो.

अ] बहिर्वक्र पृष्ठभाग

<u>ब] अवतलपृष्ठभाग</u>

क] त्रिज्या क्रॉस रेषा

ड] खडबडीत पृष्ठभाग

<u>सीएनसीमिलिंगऑपरेशन]</u>

image

278] वर्टिकल मिलिंग मशिनद्वारे 12 मिमी डाय एंड मिल कटरद्वारे स्लॉटद्वारे मिलिंग करताना सौम्य स्टील प्लेटवर कटर स्लीप होतो आणि तो कसा टाळता येईल यासाठी कटर स्लीप होतो.

अ] हाय स्पीड स्पिंडल

ब] कमी कटिंग गती

क] कट खोली वाढणे

<u>ड] कटरचीखोलीआणिफीडकमी</u>

279] स्क्रूची 5 मिमी पिच आणि 40 : 1 चे विभाजन गुणोत्तर असलेले मिलिंग मशीनचे शिसे काय आहे

अ] 0.25 मिमी

ब] 5 मि.मी

क] 8 मिमी

<u>ड] 200 मिमी</u>

280] डाऊन मिलिंग ऑपरेशनसाठी बॅकलॅश एलिमिनेटर स्लॅप कटरचा वापर न केल्यास कोणती सुरक्षा पाळावी?

<u>अ] कमीशिसेआणिखोली</u>

ब] उच्च आघाडी

C] उच्च शिसे आणि कमी खोली

ड] उच्च शिसे आणि उच्च गती

<u>सीएनसीमशीनशून्यआणिफीडदर.</u>

cnc machine zero.PNG

281] शून्य ऑफसेट हे.....] आणि........ यांच्यातील अंतर आहे.

अ] G41 आणि g42

<u>ब] यंत्रशून्यआणिकार्यशून्य</u>

C] संदर्भ बिंदू आणि टॅपिंग मोड

ड] त्यापैकी एकही नाही

282] फीड दर mm प्रति मिनिट G सह प्रोग्राम केला आहे.........] आणि mm प्रति- G सह क्रांती.

अ] G41 आणि g42

ब] G 43 आणि G 40

<u>क] G 94 आणि g95</u>

ड] त्यापैकी एकही नाही

283] कडून सर्व सूचना गोळा करण्यासाठी..] CNC कंट्रोल युनिटमध्ये

<u>अ] स्मृती</u>

ब] टेप रीडर

C] नियंत्रण पॅनेल

ड] ऑपरेटर

<u>सीएनसीड्रिलिंगमशीन.</u>

cnc drilling
machine.jpg

284] सीएनसी ड्रिलिंग मशीन वाय अक्षाच्या पुढे आणि मागे नियंत्रणासाठी.........
अ] स्पिंडल
ब] तक्ता
क] घड्याळाच्या दिशेने
ड] स्तंभ
285] M 01 कमांड म्हणजे.....
अ] कार्यक्रम थांबवण्यासाठी
ब] कार्यक्रमाचा शेवट आणि रीसेट
क] कार्यक्रमथांबवणेअट
ड] मशीन स्पिंडलचे घड्याळाच्या दिशेने फिरणे
286] CNC मशीनची स्थापना अमेरिकन शास्त्रज्ञ जॉन पर्सन यांनी.......] साली केली
अ] 1950
ब] 1952
क] 1955
डी] 1957
CNC नियंत्रण, इनपुटआणिमेमरीयुनिट.
cnc control.jpg

287] सीएनसी मशीनला कमांड देण्यासाठी वापरल्या जाणाऱ्या युनिटचे नाव.
अ] नियंत्रण एकक
ब] मेमरी युनिट
क] इनपुटयुनिट
ड] आउटपुट युनिट

288] सीएनसी मशीनमधील डेटावर प्रक्रिया करण्यासाठी वापरल्या जाणाऱ्या युनिटचे नाव.

अ] मेमरी युनिट

<u>ब] नियंत्रणएकक</u>

क] इनपुट युनिट

ड] आउटपुट युनिट

289] सीएनसी मशीनमध्ये डेटा साठवण्यासाठी वापरल्या जाणाऱ्या युनिटचे नाव.

अ] इनपुट युनिट

ब] नियंत्रण एकक

<u>क] मेमरीयुनिट</u>

ड] आउटपुट युनिट

<u>सीएनसीमशीनमध्येसर्वोमोटर.</u>

servo motor.jpg cnc spindle-motor

290] सीएनसी मशीनमधील डेटाची गणना करण्यासाठी वापरल्या जाणाऱ्या युनिटचे नाव.

अ] आउटपुट युनिट

<u>ब] अंकगणितएकक</u>

क] मेमरी युनिट

ड] इनपुट युनिट

291] सीएनसी मशीनमध्ये प्रोसेसिंग डेटाचे परिणाम प्रदर्शित करण्यासाठी वापरल्या जाणाऱ्या युनिटचे नाव

अ] अंकगणित एकक

<u>ब] आउटपुटयुनिट</u>

क] मेमरी युनिट

ड] इनपुट युनिट

292] सीएनसी मशिनमधील सर्वो मोटर .... यासाठी वापरली जाते.

अ] मशीन स्पिंडलवर बदलण्याचे साधन

<u>ब] ड्रायव्हिंगमशीनस्पिंडल</u>

क] मशीन स्पिंडलवर फिक्सिंग जॉब

ड] स्पिंडलवर काम सिद्ध करणे

<u>सीएनसीमशीनचेप्रकार.</u>

types of cnc.jpg

293] सीएनसी मशीनच्या खालीलपैकी एक भाग स्पिंडलवर टूल्स बदलण्यासाठी वापरला जातो.

अ] सर्वो मोटर

ब] नियंत्रण पॅनेल

<u>C] स्वयंचलितटूलचेंजर ATC</u>

ड] हाय स्पीड स्पिंडल

294] सीएनसी मिलिंग श्रेणीतील खालीलपैकी एक सीएनसी मशीन आहे.......

अ] चकिंग केंद्र

ब] CNC उशीरा

<u>क] अनुलंबमशीनिंगकेंद्र</u>

ड] पृष्ठभाग पीसण्याचे यंत्र

295] टर्निंग सेंटर किंवा सीएनसी लेथ श्रेणीतील खालीलपैकी एक सीएनसी मशीन आहे.......

अ] अनुलंब मशीनिंग केंद्र

ब] क्षैतिज मशीनिंग केंद्र

<u>क] उभेवळणकेंद्र</u>

ड] प्रोफाइल ग्राइंडिंग मशीन

<u>सीएनसीमशीनसाठीविविधकार्ये.</u>

miscellaneous function.jpg

296] ग्राइंडिंग सेंटर श्रेणीतील खालीलपैकी एक सीएनसी मशीन आहे....
अ] युनिव्हर्सल मिलिंग सेंटर
<u>ब] दंडगोलाकारग्राइंडिंगमशीन</u>
C] CNC उशीरा
ड] अनुलंब मशीनिंग केंद्र

Grinding wheels 1 bench grinder-wheel

ग्राइंडिंग व्हील ॲनिमेशन आणि व्हिडिओ

297] CNC मशीन प्रोग्रामिंगमध्ये M हा शब्द सूचित करतो
अ] फीड दर
ब] स्पिंडल गती
<u>क] विविधकार्य</u>
ड] साधन क्रमांक

298] CNC मशीन प्रोग्रामिंग प्रीपेरेटरी फंक्शनमध्ये G00 हे आहे.....
<u>अ] रेखीयप्रक्षेपण</u>
ब] घड्याळाच्या दिशेने वर्तुळाकार प्रक्षेपण
C] घड्याळाच्या उलट दिशेने वर्तुळाकार इंटरस्पेलेशन
ड] धरा

<u>सीएनसीमशीनसाठीतयारीकार्ये.</u>

preparatory function.jpg

299] सीएनसी मशीन प्रोग्रामिंग प्रीपेरेटरी फंक्शनमध्ये G02 यासाठी आहे.....

अ] रेखीय प्रक्षेपण

<u>ब] घड्याळाच्यादिशेनेवर्तुळाकारप्रक्षेपण</u>

C] घड्याळाच्या उलट दिशेने वर्तुळाकार इंटरस्पेलेशन

ड] धरा

300] खालीलपैकी एक प्रीपेरेटरी फंक्शन G 00 CNC प्रोग्राममध्ये .... साठी वापरले जाते.

अ] सरळ रेषेत रेखीय इंटरस्पेलेशन किंवा फीड मोशन.

ब] घड्याळाच्या दिशेने वर्तुळाकार इंटरस्पेलेशन

<u>क] पॉइंटटूपॉइंटपोझिशनिंगकिंवारॅपिडमोशन.</u>

D] घड्याळाच्या उलट दिशेने वर्तुळाकार इंटरस्पेलेशन

301] 3D इंटरपेलेशनसाठी CNC प्रोग्राममध्ये वापरल्या जाणाऱ्या बेलो प्रीपेरेटरी फंक्शनपैकी एक

अ] जी ०५

<u>ब] G12</u>

क] G17

D] G18

<u>सीएनसीमशीनवरथ्रेडिंगआणिटॅपिंग.</u>

threading & tapping on cnc.jpg

302] थ्रेड कटिंग कॉन्स्टंट लीडसाठी सीएनसी प्रोग्राममध्ये वापरल्या जाणाऱ्या बेलो प्रीपेरेटरीपैकी एक

A] G33

ब] G40

क] G53

D] G62

303] टॅपिंग ऑपरेशनसाठी CNC प्रोग्राममध्ये वापरल्या जाणाऱ्या बेलो प्रिपरेटरी फंक्शनपैकी एक.

अ] जी-40

ब] G53

क] G62

D] G63

304] मिलिंग ऑपरेशनसाठी CNC प्रोग्राममध्ये वापरल्या जाणाऱ्या खालीलपैकी एक प्रीपेरेटरी फंक्शन.

A] G62

ब] G63

क] जी७८, ७९

ड] G81

सीएनसीमशीनवरड्रिलिंग, बोरिंगआणिरीमिंग

drilling boring & rcaming.jpg

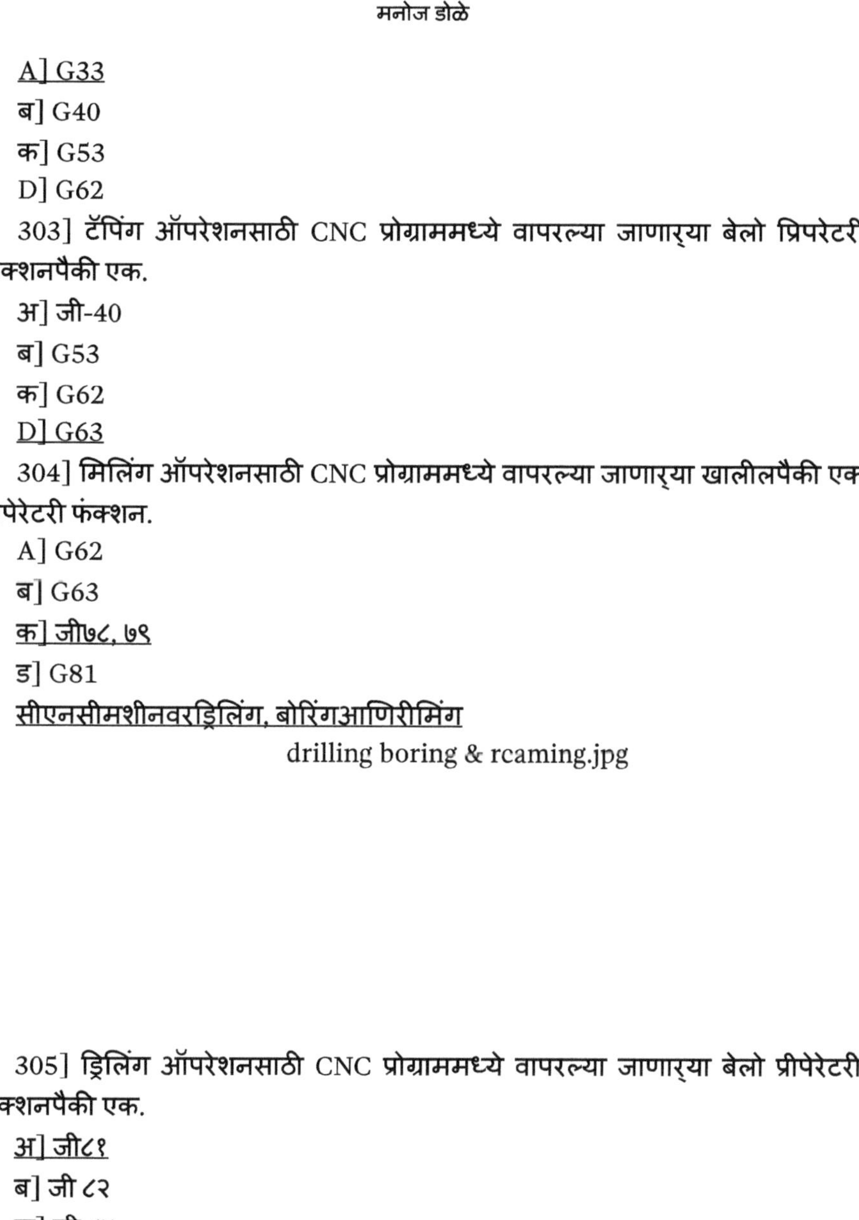

305] ड्रिलिंग ऑपरेशनसाठी CNC प्रोग्राममध्ये वापरल्या जाणाऱ्या बेलो प्रीपेरेटरी फंक्शनपैकी एक.

अ] जी८१

ब] जी ८२

क] जी ८४

ड] जी ८५

306] सीएनसी प्रोग्राममध्ये रीमिंग ऑपरेशनसाठी वापरल्या जाणाऱ्या बेलो प्रिपरेटरी फंक्शनपैकी एक.

अ] जी ८४

ब] जी८५

क] जी ८६

ड] जी 90

307] कंटाळवाणा ऑपरेशनसाठी CNC प्रोग्राममध्ये खालीलपैकी एक प्रीपेरेटरी फंक्शन वापरले जाते.

अ] जी८६

ब] जी ९०

क] जी ९१

ड] जी ९२

CNC कार्यक्रमक्रमक्रमांक.

cnc program sequence.png

308] सीएनसी प्रोग्राममध्ये ब्लॉकचा क्रम क्रमांक दर्शवण्यासाठी कोणते अक्षर वापरले जाते

अ] एन

ब] जी

क] एफ

डी] एस

309] सीएनसी प्रोग्राममध्ये रेखीय अक्षाची स्थिती दर्शवण्यासाठी कोणते अक्षर वापरले जाते

A] ABC

ब] UVW

क] XYZ

ड] IJK

310] खालीलपैकी एक अक्षर CNC प्रोग्राममध्ये फीड दरासाठी वापरले जाते

अ] एस

ब] एफ

क] टी

ड] एम

सीएनसीमशीनमध्येटूलचेंजआणिस्पिंडलस्पीड.

cnc milling
tool change i cnc.jpg atcautomatic-tool-changer-atc

ATC ऑटोमॅटिक टूल चेंजर अॅनिमेशन आणि व्हिडिओ

311] खालीलपैकी एक अक्षर RPM मध्ये स्पिंडल स्पीडसाठी CNC प्रोग्राममध्ये वापरले जाते

आहे

ब] टी

<u>क] एस</u>

ड] एफ

312] CNC प्रोग्राममध्ये टूल फंक्शन नंबर दर्शवण्यासाठी कोणते अक्षर वापरले जाते

<u>अ] टी</u>

ब] एस

सेमी

ड] एफ

313] सीएनसी प्रोग्राममध्ये प्रोग्राम स्टॉपसाठी विविध फंक्शन वापरले जाते

A] M03

<u>ब] M00</u>

C] M01

D] M02

<u>सीएनसीमशीनस्पिंडलदिशा.</u>

cnc machine spindle
direction.png

314] खालील संकीर्ण फंक्शनपैकी एक पर्यायी स्टॉप प्रोग्राम करण्यासाठी वापरले जाते

अ] एम०१

B] M 02

C] M 03

D] M 04

315] सीएनसी प्रोग्राममध्ये विविध फंक्शन M02 वापरले जाते......

अ] कार्यक्रमथांबवा

ब] वैकल्पिक कार्यक्रम थांबवा

क] कार्यक्रमाचा शेवट

ड] घड्याळाच्या दिशेने स्पिंडल चालू

316] सीएनसी प्रोग्राममध्ये विविध फंक्शन M03 वापरला जातो ....

अ] घड्याळाच्या उलट दिशेने स्पिंडल चालू

ब] घड्याळाच्यादिशेनेस्पिंडलचालू

क] स्पिंडल बंद

ड] साधन बदल

सीएनसीमशीनमध्येकूलंट.

coolant in cnc machine.jpg

cnc coolant-pump

CNC कूलंट पंप ॲनिमेशन आणि व्हिडिओ

317] स्पिंडल स्टॉपसाठी सीएनसी प्रोग्राममध्ये वापरलेले खालील विविध फंक्शनपैकी एक.

A] M04

<u>ब] M05</u>

C] M06

D] M07

318] CNC प्रोग्रॅममध्ये कोणते संकीर्ण फंक्शन टूल्स बदलासाठी वापरले जाते

<u>A] M06</u>

ब] M07

C] M09

D] M10

319] शीतलक चालू करण्यासाठी CNC प्रोग्राममध्ये वापरलेले खालील संकीर्ण फंक्शनपैकी एक

<u>A] M08</u>

ब] M09

C] M10

D] M11

<u>सीएनसीमशीनवरजॉबक्लॅम्पकरणे.</u>

clamping the job on
cnc.jpg

320] CNC प्रोग्राममधील खालील संकीर्ण फंक्शनपैकी एक कूलंट बंद करण्यासाठी वापरले जाते

A] M11

ब] M10

<u>C] M9</u>

D] M15

321] सीएनसी प्रोग्राममध्ये मशीन टेबलवर जॉब क्लॅम्प करण्यासाठी कोणते विविध फंक्शन वापरले जाते.

A] M09

<u>ब] M10</u>

C] M11

D] M15

322] CNC प्रोग्राममधील खालील संकीर्ण फंक्शनपैकी एक कार्य अनक्लॅम्प करण्यासाठी वापरले जाते

A] M11

ब] M15

C] M30

D] M60

सीएनसीमशीनमध्येवर्कपीसबदलणे.

workpice change in cnc.jpg

323] सीएनसी प्रोग्राममध्ये वर्कपीस बदलण्यासाठी कोणते विविध फंक्शन वापरले जाते

A] M30

ब] M60

C] M68

ड] M78

324] मशीन ... सीएनसी मशीनवर शून्य ऑफ-सेटिंगसाठी आहे.

A] MDI मोडमध्ये

ब] जॉग मोडमध्ये

C] स्वयंचलित मोडमध्ये

ड] वर्तमान मोडमध्ये

325] NC मशीनवरील फीड दर ......कोड द्वारे दर्शविला जातो.

अ] एक्स

ब] य

क] एफ

ड] झेड

सीएनसीमशीनअक्षस्थिती]

cnc machine axis position.jpg

326] अक्षाची स्थिती ....कोड द्वारे दर्शविली जाते.

अ] X, Y, Z

B] P, Q, R

क] अ, ब, क

D] M, N, O

327] CNC ड्रिलिंग मशीन चालू आहे ....Axis Programmed.

अ] दोन अक्ष

ब] तीन अक्ष

क] चार अक्ष

ड] सहाअक्ष

328] ....युनिट कडून CNC च्या कंट्रोल युनिटमध्ये सूचना गोळा करा

अ] यंत्र साधन

ब] सूचना

क] चुंबकीय पेटी

ड] स्मृती

सीएनसीमशीनचाकार्यरतआलेख]

working graph of cnc machine.jpg

329] NC मशीनची टेप तयार करण्यासाठी -----------कोड वापरला जातो.

अ] EIA कोड

ब] ISO कोड

C] ASC कोड

ड] त्यापैकी एकही नाही.

330] सीएनसी मशीन कन्व्हेन्शन मशीनपेक्षा अधिक अचूक उत्पादन देते, परंतु ते अधिक महाग आहे कारण.

अ] यात एसी केबिन आहे

ब] यातडस्टप्रूफकेबिनआहे

क] याचा पाया मजबूत आहे

ड] त्यात अधिक जागा आहे

331] सीएनसी मशीन डिजिटल लाईनवर ग्राफिकल बेस बिंदूवर काम करत आहे, डिजिटल पॉइंट्स कॉल ....

अ] आलेख

ब] इनपुट मीडिया

क] समन्वय

ड] मूळ मुद्दा

सीएनसीमशीनमध्येअक्षरोटरीमोशन]

axis rotary motion in CNC.png

332] अनुदैर्ध्य फीडसाठी सीएनसी मशीनवर ....अक्ष, क्रॉस फीड......अक्ष आणि उभ्या फीडसाठी........अक्ष नाव दिले आहे.

अ] अ, ब, क

ब] X,Y,Z

C] P, Q, R

D] M, N, O

333] रोटरी मोशनसाठी CNC मशीनच्या अक्षावर ....नाव दिलेले आहे.

अ] अ, ब, क

ब] X,Y,Z

C] P, Q, R

D] M, N, O

334] CNC मशीन म्हणजे......

अ] नैसर्गिक नियंत्रण यंत्र

ब] वायवीय नियंत्रण यंत्र

<u>क] संख्यात्मकनियंत्रणयंत्र</u>

ड] कमांड मशीन नाही

335] अदलाबदल क्षमता गुणधर्म प्रदान करण्यासाठी ..... द्वारे तयार केलेल्या भागांचा आकार]

(अ] मापन यंत्रणा

(ब] चाचणी आणि त्रुटी प्रणाली

<u>(C] मर्यादा आणि सहिष्णुता प्रणाली</u>

(डी] त्यापैकी एकही नाही

limit fit tolarance 1

limit fit tolerance

तंदुरुस्त सहनशीलता ॲनिमेशन आणि व्हिडिओ मर्यादित करा

336] गुणवत्ता नियंत्रणासाठी मोठ्या प्रमाणात उत्पादनामध्ये उत्पादन म्हणजे उत्पादन......

<u>(अ] शून्य दोष</u>

(ब] पद्धत वापरून पहा]

(सी] चाचणी आणि त्रुटी

(डी] मर्यादा आकारात

337] अदलाबदल क्षमता यासाठी वापरत आहे.....]

(अ] देखभालीसाठी

(ब] मोठ्या प्रमाणावर उत्पादनासाठी

(C] सिंगल पीस मॅन्युफॅक्चरिंगसाठी

(डी] चाचणी आणि त्रुटी पद्धतीसाठी

338] मोठ्या प्रमाणावर उत्पादनात अदलाबदल क्षमता साध्य करण्यासाठी खालीलपैकी कोणता घटक आवश्यक आहे?]

अ] भूमितीय अचूकता]

ब] मानकीकरण

क] मितीयअचूकता

ड] पृष्ठभाग समाप्त

339] अदलाबदल क्षमता सामान्यतः लागू केली जाते? _

अ] भागांची दुरुस्ती

ब] मोठ्याप्रमाणावरउत्पादन

क] सिंगल पीस उत्पादन

ड] हे सर्व

340] तपासणीचे उद्दिष्ट आहे

सदोष घटकांचे पृथक्करण

नकाराची बी अनुरूपता

सी नकार प्रतिबंध

डी विक्री दर्जेदार वस्तू]

341] गुणवत्तेसाठी कोण जबाबदार आहे?

एक डिझायनर

बी इन्स्पेक्टर

सी ऑपरेटर

डी आजार]

342] अयशस्वी खर्च अहवाल प्रणाली वापरली जाते

ऑपरेटरसाठी प्रोत्साहन

बी इन्व्हेंटरी नियंत्रण

क डिझाइनमधील कमकुवत बिंदू शोधणे

डी उत्पादनातील कमकुवत स्पॉट्स शोधणे]

343] थांबे आणि सहली वापरले जातात

मोजण्यासाठी आणि मोजण्यासाठी विलंब कमी करा

B सेटिंग टूल्समध्ये होणारा विलंब कमी करा

C आवश्यक साधनांची संख्या कमी करा

डी काम सेट करण्यासाठी लागणारा वेळ कमी करा]

344] पृष्ठभाग समाप्त हा शब्द ...

अ] मशीन केलेल्या पृष्ठभागाची चमक

ब] पृष्ठभागावर दिलेल्या कोटिंगचा प्रकार

C] पृष्ठभागावर दिलेली उष्णता उपचार

ड] पृष्ठभागाचाखडबडीतपणाकिंवागुळगुळीतपणा

345] ज्या उद्देशाने लॅपिंग ऑपरेशन केले जाते ---

अ] पृष्ठभाग पूर्ण परिष्कृत करण्यासाठी]

ब] फिटची गुणवत्ता सुधारण्यासाठी

C] भूमितीय अचूकता सुधारण्यासाठी,

ड] वरीलसर्व

346] खालीलपैकी कोणती एक थंड कार्य प्रक्रिया आहे ज्याद्वारे पृष्ठभाग पूर्ण करणे, मितीय अचूकता आणि कामाच्या कडकपणावर धातू काढून टाकल्याशिवाय परिणाम होऊ शकतो?

अ] जळणे

ब] होनिंग

क] लॅपिंग _

ड] सुपर फिनिशिंग

347] होनिंग प्रक्रियेत, स्पिंडलची हालचाल ---' ----------- असते.

अ] उभ्याआणिपरस्पर

ब] परस्पर

क] उभा

ड] क्षैतिज आणि परस्पर

348] अपघर्षक काठी वापरून प्रक्रिया केली जाते का?

अ] लॅपिंग

ब] होनिंग

C] सुपर फिनिशिंग'

ड] जळणे

180] फ्लुइड पॉवर सर्किट्स योजनाबद्ध रेखाचित्रे यासाठी वापरतात:

अ) घटककार्यतपशीलसुलभकरा

b) असे करा की केवळ प्रशिक्षित व्यक्तीच कार्ये समजू शकतील

c) रेखाचित्र प्रभावी दिसावे

ड) अप्रशिक्षित व्यक्तीला समजून घ्यायला लावा

181] वायवीय चिन्ह आहे:

a) समानकार्यासाठीवापरल्याजाणाऱ्याहायड्रॉलिकचिन्हापेक्षावेगळे

b) समान कार्यासाठी वापरल्या जाणाऱ्या हायड्रॉलिक चिन्हासारखेच

c) समान कार्यासाठी वापरल्या जाणाऱ्या हायड्रॉलिक चिन्हाशी तुलना केली जाऊ नये

d) नमूद केलेले नाही

182] वायवीय प्रणाली सहसा पेक्षा जास्त नसतात:

अ) 1 एचपी

ब) 1 ते 2 एचपी

c) 2 ते 3 एचपी

ड) 4 ते 5 एचपी

183] सर्वाधिक हायड्रॉलिक सर्किट्स:

अ) केंद्रीयहायड्रॉलिकपॉवरयुनिटमधूनऑपरेटकरा

b) एअर-ओव्हर-ऑइल पॉवर युनिट्स वापरा

c) एक समर्पित पॉवर युनिट ठेवा

d) समर्पित पॉवर युनिट नाही

184] हायड्रोलिक आणि वायवीय सर्किट:

अ) सर्व फंक्शन्ससाठी त्याच प्रकारे करा

b) सर्व फंक्शन्ससाठी वेगळ्या पद्धतीने करा

c) काहीअपवादांसहतेचकरा

ड) सर्व कार्ये करत नाही

185] वायवीय सर्किटमधील वंगण हे आहे:

अ) ओळीतील पहिला घटक

b) ओळीतील दुसरा घटक

c) ओळीतीलशेवटचाघटक

ड) ओळीतील तिसरा घटक

186] हायड्रॉलिक सिस्टिमच्या पहिल्या किमतीची तुलना वायवीय प्रणालींशी करताना, सामान्यतः ते आहेत:

अ) खरेदी करणे अधिक महाग

b) खरेदीसाठीकमीखर्चिक

c) किंमत समान आहे

ड) खर्च आवश्यक नाही

187] हायड्रोलिक सिस्टीमच्या ऑपरेटिंग खर्चाची तुलना वायवीय प्रणालींशी करताना, सामान्यतः ते आहेत.

अ) ऑपरेट करणे अधिक महाग

b) ऑपरेटकरण्यासाठीकमीखर्चिक

c) ऑपरेट करण्यासाठी खर्च समान आहे

ड) खर्च आवश्यक नाही

188] सर्वात सामान्य हायड्रॉलिक द्रव आहे:

अ) खनिज तेल

b) सिंथेटिक द्रव

c) <u>पाणी</u>

ड) जेल

189) हायड्रॉलिक पॉवर सिस्टममध्ये कोणता द्रव वापरला जातो?

a] पाणी

b] तेल

c] संकुचित न करता येणारा द्रव

d] <u>वरीलसर्व</u>

190) 1 बारचा दाब समान आहे

a] <u>14] 5 psi</u>

b] 145 psi

c] 12] 5 psi

d] 145 x 10-6 psi

191) ओव्हरलोडिंगचा द्रव शक्ती आणि विद्युत प्रणालींवर काय परिणाम होतो?

a] इलेक्ट्रिकल सिस्टममध्ये इलेक्ट्रिकल घटक खराब होतात

b] द्रव उर्जा प्रणाली घटकांना इजा न करता काम करणे थांबवते

क] <u>अ] आणिब] दोन्ही</u>

d] वरीलपैकी काहीही नाही

192) फ्लुइड पॉवर सिस्टीममध्ये शक्ती कशी प्रसारित केली जाते?

a] <u>शक्तीत्वरितप्रसारितकेलीजाते</u>

b] शक्ती हळूहळू प्रसारित केली जाते

क] अ] आणि ब] दोन्ही

d] वरीलपैकी काहीही नाही

193) सामान्यतः द्रव न संकुचित करता येण्याजोगे असतात परंतु जेव्हा 70 बारचा मोठा दाब लावला जातो, तेव्हा पेट्रोलियम तेल दाबले जाऊ शकते.

a] <u>0]त्याच्यामूळखंडाच्या 5%</u>

b] त्याच्या मूळ खंडाच्या 1%

c] त्याच्या मूळ खंडाच्या 5%

d] वरीलपैकी काहीही नाही

194) पिस्टनच्या आत द्रवपदार्थाच्या प्रवाहाला दिलेला प्रतिकार विकसित होतो

a] <u>दबाव</u>

b] बल

c] ताण

d] वरील सर्व

195) कमी दाबावर, द्रव असतात

a] दाबण्यायोग्य

b] संकुचितनकरतायेणारा

c] अप्रत्याशित

196) हायड्रॉलिक प्रणालींमध्ये,

a] यांत्रिकऊर्जातेलातहस्तांतरितकेलीजातेआणिनंतरयांत्रिकउर्जेमध्येरूपांतरितहोते

b] विद्युत ऊर्जा तेलात हस्तांतरित केली जाते आणि नंतर यांत्रिक उर्जेमध्ये रूपांतरित होते

c] यांत्रिक ऊर्जा तेलात हस्तांतरित केली जाते आणि विद्युत उर्जेमध्ये रूपांतरित होते

d] वरीलपैकी काहीही नाही

197) हायड्रोलिक पॉवर युनिटमध्ये खालीलपैकी कोणता घटक घटक म्हणून वापरला जातो?

a] दाब मापक

b] फिलर गेज

c] झडपा

ड] जलाशय

198) हायड्रॉलिक पॉवर युनिटमध्ये रोटरी गती वापरून साध्य केली जाते

a] हायड्रॉलिक सिलेंडर

b] वायवीय सिलेंडर

c] दोन्ही हायड्रॉलिक आणि वायवीय सिलेंडर

d] वरीलपैकीकाहीहीनाही

199) स्थिर विस्थापन वेन पंपचा वेग आणि प्रवाह दर यांचा काय संबंध आहे?

a] रोटरचावेगवाढल्यानेप्रवाहदरवाढतो

b] रोटरचा वेग वाढल्याने प्रवाह दर कमी होतो

c] प्रवाह दर स्थिर असतो आणि वेगातील बदलाने बदलत नाही

d] वरीलपैकी काहीही नाही

200) स्थिर विस्थापन व्हेन पंपमध्ये,

a] कामकाजाचादाबवाढल्यानेप्रवाहदरकमीहोतो

b] कामकाजाचा दाब वाढल्याने प्रवाह दर वाढतो

c] प्रवाह दर स्थिर असतो आणि कामकाजाच्या दाबाने बदलत नाही

d] वरीलपैकी काहीही नाही

201) कोणत्या प्रकारची गती हायड्रोलिक ॲक्ट्युएटरद्वारे प्रसारित केली जाते?
a] रेखीय गती
b] रोटरी गती
c] a]आणि b] दोन्ही
d] वरीलपैकी काहीही नाही
202) इलेक्ट्रिक ॲक्ट्युएटरचे कार्य काय आहे?
a] विद्युतउर्जेचेयांत्रिकटॉर्कमध्येरूपांतरकरते
b] यांत्रिक टॉर्कचे विद्युत उर्जेमध्ये रूपांतर करते
c] यांत्रिक ऊर्जा यांत्रिक टॉर्कमध्ये रूपांतरित करते
d] वरीलपैकी काहीही नाही
203) खालीलपैकी कोणता हायड्रॉलिक सिलिंडर बांधकामावर आधारित आहे?
a] सिंगल एक्टिंग सिलेंडर
b] दुहेरी अभिनय सिलेंडर
c] वेल्डेडडिझाइनसिलेंडर
d] वरील सर्व
204) हायड्रोलिक सिलेंडर्सद्वारे कोणत्या ऊर्जेचे यांत्रिक उर्जेमध्ये रूपांतर होते?
a] हायड्रोस्टॅटिकऊर्जा
b] हायड्रोडायनामिक ऊर्जा
c] विद्युत ऊर्जा
d] वरीलपैकी काहीही नाही
205) सिंगल ॲक्टिंग सिलिंडर वापरण्याचा फायदा काय?
अ] उच्च किंमत आणि विश्वासार्ह
b] पंपाच्या आतील पृष्ठभागावर honing आवश्यक नाही
c] पिस्टनसीलआवश्यकनाहीत
d] वरील सर्व
206) प्रवाह नियंत्रण वाल्वचे कार्य काय आहे?
a] प्रवाह नियंत्रण झडप तेलाच्या प्रवाहाची दिशा बदलते
b] प्रवाहनियंत्रणझडपहायड्रॉलिकतेलाचाप्रवाहदरसमायोजितकरूशकतो
क] अ] आणि ब] दोन्ही
d] वरीलपैकी काहीही नाही
207) 4/2 वाल्व्हमधील संख्यांचा अर्थ काय आहे?
a] 4 पदे आणि 2 मार्ग
b] 4 मार्गआणि 2 पदे
c] वरीलपैकी काहीही नाही

d] 3 मार्ग 2 पदे

208) कोणत्या प्रकारच्या सोलनॉइडमध्ये कॉइल फेल होण्याची जास्त शक्यता असते?

a] AC solenoid

b] DC solenoid

c] AC आणि DC दोन्ही सोलेनोइड्स

d] वरीलपैकी काहीही नाही

209) दोन टप्प्यातील दिशा नियंत्रण वाल्वमधील कोणत्या टप्प्यावर सोलनॉइड चालवले जाते?

a] मुख्य स्टेज दिशा नियंत्रण वाल्व

b] पायलटस्टेजदिशानियंत्रणवाल्व

c] दोन टप्प्यातील दिशा नियंत्रणातील दोन्ही टप्पे सोलनॉइडद्वारे चालवले जातात

d] वरीलपैकी काहीही नाही

210) खालीलपैकी कोणता गॅस चार्ज केलेला संचयक आहे?

a] मूत्राशयप्रकार

b] स्प्रिंग लोडेड संचयक

c] भारित संचयक

d] वरील सर्व

211) भारित संचयकामध्ये पिस्टनखालील द्रवाचा दाब कसा मोजला जातो?

a] द्रवाचादाब = (वजनजोडलेले / पिस्टनक्षेत्र)

b] द्रवाचा दाब = (पिस्टन क्षेत्र / वजन जोडले)

c] द्रवाचा दाब = (वजन जोडलेले / पिस्टन बल)

d] द्रवाचा दाब = (पिस्टन फोर्स / वजन जोडलेले)

212) गॅस चार्ज केलेल्या संचयकामध्ये खालीलपैकी कोणता वायू वापरला जातो?

a] ऑक्सिजन

b] नायट्रोजन

c] कार्बन डायऑक्साइड

d] वरील सर्व

213) दाब आणि आकारमानात झपाट्याने बदल होण्याचा संबंध adiabatically दिलेला आहे

a] p0 v0 = p1 v1 = p2 v2

b] p0 v0 = p1 v1n = p2 v2n

c] p0 v0n = p1 v1n = p2 v2n

d] वरीलपैकी काहीही नाही

214) क्लॅम्पिंग ऑपरेशनमध्ये पायलट ऑपरेटेड चेक व्हॉल्व्ह का वापरला जातो?

a] स्पूल व्हॉल्व्हमधील गळती कमी करण्यासाठी

b] clamping दरम्यान दबाव कमी टाळण्यासाठी

c] a]आणि b] दोन्ही

d] वरीलपैकी काहीही नाही

215) खाली दाखवलेला भाग कोणता भाग दर्शवतो?

अ] रॉड क्षेत्र

b] पूर्ण बोअर क्षेत्र

c] वलयक्षेत्र

d] वरीलपैकी काहीही नाही

216) खालीलपैकी कोणते विधान सत्य आहे?

अ] मीटर-इन फीड सर्किट्समध्ये दोन दिशेने वेग नियंत्रण असते

b] स्टँडर्डब्लॉकफीडसर्किट्समध्येदोनदिशांमध्येवेगनियंत्रणअसते

c] टँक लाइन फीड कंट्रोल सिस्टीममध्ये वेग नियंत्रण फक्त एकाच दिशेने असते

d] वरील सर्व

217) रोटरी चकमधील गळतीची भरपाई द्वारे केली जाऊ शकते

a] प्रवाह नियंत्रण झडप

b] पायलट संचालित चेक वाल्व

c] संचयक

d] वरील सर्व

218) सुरक्षेच्या उद्देशाने सिस्टममधील संचयक अवरोधित करण्यासाठी कोणता वाल्व वापरला जातो?

a] पायलट झडप

b] सुईझडप

c] डिटेंट वाल्व

d] वरील सर्व

219) खालीलपैकी कोणती प्रणाली औद्योगिक वापरामध्ये अधिक ऊर्जा निर्माण करते?

a] हायड्रॉलिकप्रणाली

b] वायवीय प्रणाली

c] दोन्ही प्रणाली समान ऊर्जा निर्माण करतात

ड] सांगू शकत नाही

220) कोणत्या प्रकारच्या कंप्रेसरला संकुचित हवेसाठी जलाशय आवश्यक आहे आणि का?

a] रोटरी कंप्रेसर स्पंदन प्रभाव टाळण्यासाठी

b] पल्सेटिंगप्रभावटाळण्यासाठीपरस्परकंप्रेसर

c] धडधडणारा प्रभाव टाळण्यासाठी रोटरी आणि रेसिप्रोकेटिंग दोन्ही कंप्रेसर

d] वरीलपैकी काहीही नाही

221) कंप्रेसर निवडताना खालीलपैकी कोणते घटक विचारात घेतले जातात?

a] प्रकारचे तेल फिल्टर आवश्यक आहे

b] व्हॉल्यूमेट्रिककार्यक्षमता

c] वापरलेल्या द्रवांची चिकटपणा

d] वरील सर्व

222) खालीलपैकी कोणता घटक हवा निर्मिती प्रणालीमध्ये वापरला जातो?

a] प्रेशर स्विच

b] दाब मापक

c] वाळवणारा

ड] इंटरकूलर

223) दोन स्टेज कॉम्प्रेसरमध्ये इंटरकूलर कुठे जोडला जातो?

a] इंटरकूलर दोन स्टेज कंप्रेसर नंतर जोडलेले आहे

b] इंटरकूलरकंप्रेसरच्यादोनटप्प्यांमध्येजोडलेलेआहे

c] इंटरकूलर दोन स्टेज कॉम्प्रेसरच्या आधी जोडलेले आहे

d] वरीलपैकी काहीही नाही

224) रेग्युलेटर युनिटचे प्रतिनिधित्व करण्यासाठी खालीलपैकी कोणते नोटेशन वापरले जाते?

अ] ३]०

ब] ०]३

c] ३

d] वरीलपैकी काहीही नाही

225) खालीलपैकी कोणता लॉजिक व्हॉल्व्ह शटल व्हॉल्व्ह म्हणून ओळखला जातो?

a] किंवागेट

b] आणि गेट

c] ना गेट

ड] नंद

226) वायवीय प्रणालींमध्ये, AND गेट म्हणून देखील ओळखले जाते

a] चेक वाल्व

b] शटल व्हॉल्व्ह

c] दुहेरीदाबझडप

d] वरीलपैकी काहीही नाही

227) प्रेशर सिक्वेन्स व्हॉल्व्ह म्हणजे काय?

a] हेॲडजस्टेबलप्रेशररिलीफव्हॉल्व्हआणिडायरेक्शनलकंट्रोलव्हॉल्व्हयांचेसंयोजनआहे

b] हे नॉन-एडजस्टेबल प्रेशर रिलीफ व्हॉल्व्ह आणि डायरेक्शनल कंट्रोल व्हॉल्व्हचे संयोजन आहे

c] हे समायोज्य दाब कमी करणारे वाल्व आणि चेक व्हॉल्व्ह यांचे संयोजन आहे

d] हे समायोज्य दाब कमी करणारे वाल्व आणि प्रवाह नियंत्रण वाल्व यांचे संयोजन आहे

228) वायवीय प्रणालींमध्ये सिग्नलचे ओव्हरलॅपिंग वापरून टाळले जाऊ शकते

a] रोलिंग लीव्हर वाल्व

b] निष्क्रिय रोलर लीव्हर वाल्व

c] a]आणि b] दोन्ही

d] वरीलपैकी काहीही नाही

229) वायवीय सर्किट काढण्यासाठी वापरल्या जाणाऱ्या कॅस्केड पद्धतीसाठी खालीलपैकी कोणते विधान सत्य आहे?

a] सिग्नल प्रोसेसिंग व्हॉल्व्ह समांतर जोडलेले आहेत

b] जेव्हा सिग्नल प्रोसेसिंग व्हॉल्व्हची संख्या 4 पेक्षा जास्त असते तेव्हा सिग्नल मजबूत असतात

c] कॅस्केडपद्धतखर्चघटकविचारातघेतनाही

d] वरील सर्व

230) 3/2 व्हॉल्व्हच्या खालील आकृतीमध्ये दर्शविलेल्या भागाला काय म्हणतात?

a] स्वहस्ते चालवलेला झडप

b] पायलटसंचालितझडप

c] प्रेशर इलेक्ट्रिक कन्व्हर्टर

d] वरीलपैकी काहीही नाही

231) कोणत्या सिस्टीममध्ये सर्वो व्हॉल्व्हचे स्पूल टॉर्क मोटरद्वारे चालवले जाते?

a] हायड्रोमेकॅनिकल सर्वो सिस्टम

b] इलेक्ट्रोहायड्रॉलिकसर्वोप्रणाली

c] पारंपारिक सर्वो वाल्व

d] वरील सर्व

232) सर्वो व्हॉल्व्ह प्रणालीमध्ये सर्वो म्हणजे काय?

a] त्याला अभिप्राय मिळू शकत नाही परंतु इच्छित आउटपुट मिळू शकतो

b] त्याला अभिप्राय मिळू शकत नाही आणि इच्छित आउटपुट मिळू शकत नाही

c] त्यालाअभिप्रायमिळूशकतोआणिइच्छितआउटपुटमिळूशकतो

d] वरीलपैकी काहीही नाही

233) पारंपारिक व्हॉल्व्हमध्ये स्पूल हलविण्यासाठी कोणता घटक वापरला जातो?

a] टॉर्क मोटर

b] यांत्रिक सर्वो वाल्व

c] solenoid

d] वरील सर्व

234) DC solenoid coils चा फायदा काय आहे?

अ] डीसी सोलेनॉइड कॉइलमध्ये विद्युत प्रवाह जास्त असतो

b] DC सोलनॉइडकॉइल्समध्येविद्युतप्रवाहाचीपातळीस्थिरअसते

c] DC सोलनॉइड कॉइलचे रेटिंग 220 V DC असते

d] वरील सर्व

235) खालीलपैकी कोणते विधान प्रमाणिक झडपासाठी खरे आहे?

a] आनुपातिकवाल्वचास्पूलजास्तीतजास्तलांबीचाप्रवासकरूशकतो

b] आनुपातिक वाल्वमध्ये डिजिटल प्रकारचे कार्य शक्य आहे

c] आनुपातिक व्हॉल्व्हसाठी स्वतंत्र प्रवाह नियंत्रण वाल्व आवश्यक आहे

d] वरील सर्व

236) खालीलपैकी कोणती विधाने असत्य आहेत/आहेत?

a] हवा संकुचित करण्यायोग्य नाही

b] पारंपारिक प्रणालींपेक्षा द्रव उर्जा प्रणालींमध्ये कमी शक्ती विकसित केली जाते

c] लोड हाताळणीच्या उद्देशाने वापरल्या जाणाऱ्या यांत्रिक लिंकेजमध्ये उच्च कार्यक्षमता असते

d] वरीलसर्व

237) हायड्रोलिक प्रणाली आहे

a] वायवीय प्रणालीपेक्षा कमी अचूक

b] वायवीयप्रणालीपेक्षाअधिकअचूक

c] हायड्रॉलिक आणि वायवीय दोन्ही प्रणाली अचूकतेच्या आधारावर समान आहेत

d] वरीलपैकी काहीही नाही

238) हायड्रोस्टॅटिक प्रणालीमध्ये शक्ती प्रसारित करण्यासाठी कोणती ऊर्जा वापरली जाते?

a] दाबऊर्जा

b] गतिज ऊर्जा

c] संभाव्य ऊर्जा

d] वरील सर्व

239) शक्ती प्रसारित करण्यासाठी कोणती प्रणाली गतिज ऊर्जा वापरते?

a] हायड्रोस्टॅटिक प्रणाली

b] हायड्रोडायनामिकप्रणाली

c] वायवीय प्रणाली

d] वरीलपैकी काहीही नाही

240) पिस्टन रॉडला लोड जोडलेले नसल्यास, पिस्टन असेंबलीची हालचाल शक्य होते जेव्हा

अ] तेल स्वतःच्या वजनावर मात करते

b] तेल पिस्टन रॉड असेंब्लीमधील घर्षणावर मात करते

क] अ] आणिब] दोन्ही

d] वरीलपैकी काहीही नाही

औद्योगिक प्रशिक्षण संस्था

मासिक चाचणी-1, गुण- 20, तारीखः- _______________

(प्रत्येक प्रश्नाला दोन गुण असतात)

1-6] अमोनियम क्लोराईडचा वापर सोल्डरिंगसाठी फ्लक्स म्हणून केला जातो ...

अ] पोलाद

ब] ॲल्युमिनियम

क] गॅल्वनाइज्ड लोह

ड] स्टेनलेस स्टील

2-7] पाईप टी जॉइंटचे लीक प्रूफ सांधे तयार करण्यासाठी आणि पूर्ण करण्यासाठी वापरल्या जाणाऱ्या साधनाचे नाव सांगा

अ] चर

ब] सेटिंग हातोडा

क] क्रिझिंग हातोडा

ड] गोल तळाचा भाग

3-8] खालीलपैकी कोणता धातू क्ष-किरणांमधून जाऊ देत नाही?

अ] स्टेनलेस स्टील

ब] ॲल्युमिनियम

क] आघाडी

ड] कथील

4-9] निबलिंग मशीनमध्ये कटिंग एजच्या वर आणि खाली कंपनाची वारंवारता आहे ...

अ] 1000 ते 1500 वेळा

ब] 1500 ते 2500 वेळा

क] 2800 ते 3000 वेळा

ड] 3000 ते 3500 वेळा

5-10] पाईप टी जॉइंटच्या मुख्य पाईपसह शाखा पाईपची लंबता तपासण्यासाठी वापरल्या जाणाऱ्या उपकरणाचे नाव द्या.

अ] संरक्षक

ब] चौरस प्रयत्न करा

क] आत्म्याची पातळी

ड] सरळ धार

6-11] जेव्हा एकच हेम काटकोनात मिळते तेव्हा कोणत्या प्रकारची खाच वापरली जाते?

अ] व्ही खाच

ब] स्लिट खाच

क] तिरकस खाच

ड] चौकोनी खाच

7-12] लहान छिद्र कापण्यासाठी कोणते पंच आणि डाई प्रकारचे मशीन वापरले जाते?

अ] कातरणे प्रकार निबलर

ब] पंच प्रकार निबलर

क] गोलाकार कटिंग मशीन

ड] गिलोटिन कातरण्याचे यंत्र

8-13] ब्लो पाईप नोजलचे जास्त गरम होणे टाळले पाहिजे कारण ते होईल

अ] पाठीमागे आग लागणे

ब] जास्त ऑक्सिजन आणि ॲसिटिलीन वापरतात

सी] संयुक्त मध्ये दोष माध्यमातून बर्न तयार

ड] संयुक्त मध्ये अंडरकट दोष निर्माण करा

९-१४] ३.१५ मिमी जाड सौम्य स्टील शीट वेल्ड करण्यासाठी तुम्ही निवडलेल्या नोजलचा आकार सांगा

अ] ३

ब] ५

क] ७

ड] १०

10-15] वेल्डिंग पितळासाठी कोणत्या प्रकारची ज्योत लावायची आहे...

अ] वायु ॲसिटिलीन ज्वाला

ब] तटस्थ ज्योत

क] ऑक्सिडायझिंग ज्वाला

ड] carburizing ज्योत

औद्योगिक प्रशिक्षण संस्था

मासिक चाचणी-2, गुण- 20, तारीख:- _______________

(प्रत्येक प्रश्नाला दोन गुण असतात)

1-21] 10mm MS प्लेट गॅस कापण्यासाठी एसिटिलीन वायूचा दाब...

A] 0.15 kgf/cm2

B] 0.5 kgf/cm2

C] 1.0 kgf/cm2

D] 1.5 kgf/cm2

2-22] 10 मिमी जाड सौम्य स्टील कापण्यासाठी तुम्ही कोणत्या आकाराच्या कटिंग नोजलची निवड कराल?

अ] 0.8 मिमी

ब] 1.2 मिमी

क] 1.6 मिमी

ड] 2.0 मिमी

3-23] उजवीकडील वेल्डिंग तंत्राच्या बाबतीत फिलर रॉडचा कोन आहे...

अ] 10 ते 20?

ब] 20 ते 30?

क] 30 ते 40?

ड] 40 ते 50?

4-24] गॅस वेल्डिंगच्या उच्च दाब प्रणालीचा एक फायदा म्हणजे...

अ] ते स्वस्त आहे

ब] ते पोर्टेबल आहे

क] ते कमी धोकादायक आहे

ड] यासाठी कुशल वेल्डरची आवश्यकता नाही

5-25] एमएस शीट्सचे सोल्डरिंग तापमानात होते ...

A] 150?C

B] 250?C

C] 400?C

ड] ८५०?सी

6-26] फोर्ज वेल्डिंग असे वर्गीकृत केले आहे ...

अ] दाबाशिवाय फ्यूजन वेल्डिंग

ब] दाबासह फ्यूजन वेल्डिंग

C] दबावाशिवाय नॉन-फ्यूजन वेल्डिंग

D] दबावासह नो-फ्यूजन वेल्डिंग

7-27] गॅस रेग्युलेटरचे कार्य आहे...

अ] विविध प्रकारच्या ज्वाला मिळवा

ब] वायू आवश्यक प्रमाणात मिसळा

C] ब्लो पाईपमध्ये वाहणाऱ्या वायूचे प्रमाण बदला

डी] कामाचा दबाव सेट करा

8-28] लॅप फिलेट जॉइंटला उभ्या स्थितीत गॅसद्वारे वेल्डिंगसाठी वेल्डच्या रेषेला खालील पाईपचा कोन किती असावा?

अ] 30? 40 पर्यंत?

B] 45? ते 50?

क] 60? 70 पर्यंत?

ड] 75? 80 पर्यंत?

9-29] दोषाचे नाव सांगा, ज्यामध्ये वेल्ड मेटल बेस मेटलच्या पृष्ठभागावर फ्यूज न करता वाहते.

अ] खड्डा

ब] ओव्हरलॅप

क] संलयनाचा अभाव

ड] जास्त बहिर्वक्रता

10-30] गॅस वेल्डिंगद्वारे 3.15 मिमी MS> शीटवर टी जॉइंट वेल्डिंग करताना दोन शीटमधील ब्लो पाईपचा कोन किती असावा?

अ] 30?

ब] 45?

क] 60?

ड] 80?

औद्योगिक प्रशिक्षण संस्था

मासिक चाचणी-३, गुण- २०, तारीखः- _______________

(प्रत्येक प्रश्नाला दोन गुण असतात)

1-36] 3WT सह MS पाईप एल्बो जॉइंट वेल्ड करण्यासाठी आवश्यक नोझल आकार पूर्ण खोली फ्यूजन आणि चांगला प्रवेश मिळवण्यासाठी आहे ...

अ] ५

ब] ७

क] १०

ड] १३

2-37] पाईप वेल्डिंगसाठी नोजलची निवड यावर अवलंबून असते ...

अ] खोबणीचा कोन

ब] वेल्डिंग स्थिती

क] पाईप भिंतीची जाडी

डी] पाईपचा व्यास

3-38] गॅस वेल्डिंगमध्ये फ्लक्सचे एक कार्य आहे ...

अ] धातूचे ऑक्साईड विरघळतात

ब] मानसिक वितळण्याचे बिंदू कमी करा

C] ज्वालाचे तापमान वाढवा

ड] मुळांचा प्रवेश वाढवा

4-39] कास्ट आयर्न वेल्डिंगसाठी एकाच वीच्या वी ग्रूव्हचा कोन परंतु संयुक्त ...

अ] 60?

ब] 70?

क] 80?

ड] 90?

5-40] गॅस वेल्डिंगसाठी फ्लक्सची निवड खालीलपैकी कोणत्या घटकांवर अवलंबून असते?

अ] सामील होण्यासाठी सामग्रीचा प्रकार

ब] धार प्रवेशाचा प्रकार

C] इंधन वायूचा प्रकार

ड] ज्वालाचा प्रकार वापरला

6-41. कांस्य वेल्ड 10 मिमी जाड कास्ट आयर्न जॉबसाठी नोजलचा आकार काय आहे?

अ] ५

ब] ७

क] १०

ड] १३

7-42] कास्ट आयर्नच्या कांस्य वेल्डिंगसाठी योग्य फिलर रॉड सांगा

अ] पितळ

ब] सिलिकॉन कांस्य

C] मँगनीज कांस्य

डी] सुपर सिलिकॉन कास्ट आयर्न

8-43] कास्ट आयर्नच्या कांस्य वेल्डिंगमध्ये, बेस मेटल तापमानापर्यंत गरम केले जाते ...

अ] ३००?सी

B] 650?C

C] 1000?C

ड] 1300?C

9-44] तांब्याच्या फ्यूजन वेल्डिंगसाठी वापरल्या जाणाऱ्या फिलर रॉडचे नाव सांगा

अ] मँगनीज ब्रॉंझ रॉड

ब] तांबे चांदी मिश्र धातु रॉड

C] सिलिकॉन ब्रॉंझ रॉड

ड] शुद्ध तांब्याची काठी

10-45] 300 मिमी लांब कॉपर बट जॉइंट गॅस वेल्डिंगसाठी आवश्यक विचलन भत्ता...

अ] 1 ते 2 मि.मी

ब] 2 ते 3 मि.मी

क] 3 ते 4 मि.मी

ड] 4 ते 5 मि.मी

औद्योगिक प्रशिक्षण संस्था

मासिक चाचणी-4, गुण- 20, तारीखः- ______________

(प्रत्येक प्रश्नाला दोन गुण असतात)

1-51] बट जॉइंट म्हणून 2 मिमी जाड स्टेनलेस स्टील शीट वेल्डिंगसाठी वापरल्या जाणाऱ्या नोजलचा आकार...

अ] २

ब] ३

क] ५

ड] ७

2-52] ॲल्युमिनियमच्या गॅस वेल्डिंगसाठी प्रीहीटिंग तापमानाचे मूल्य काय आहे?

A] 100 ते 120?C

ब] 150 ते 180?C

C] 180 ते 200?C

D] 210 ते 250?C

3-53] सोल्डरिंग ऑपरेशनमध्ये बेस मेटल...

अ] गरम होत नाही

B] 200?C पर्यंत गरम केले जाते

C] 650?C पर्यंत गरम केले जाते

डी] लाल गरम स्थितीत गरम

4-54] भिन्न धातूंच्या वेल्डिंगसाठी, दोन्ही धातूंच्या खालील गुणधर्मांमध्ये विस्तृत फरक नसावा

अ] लवचिकता

ब] तन्य शक्ती

क] थर्मल विस्तार

ड] प्रतिरोधक पोशाख

5-55] MS] शीट ब्रेझिंगसाठी वापरल्या जाणाऱ्या फ्लक्सचे नाव सांगा

अ] हायड्रोक्लोरिक आम्ल

ब] झिंक क्लोराईड

क] उंच राळ

ड] बोरॅक्स

6-56] प्रोग्रेसिव्ह गॉगिंगमध्ये गॉगिंग टॉर्चचा कोन 30 च्या सुरुवातीच्या कोनातून कोणत्या कोनात कमी केला जातो?

अ] 20 ते 25?

ब] 15 ते 20?

क] 10 ते 15?

ड] 5 ते 10?

7-57] थर्मिट वेल्डिंगमध्ये वापरल्या जाणाऱ्या थर्मिट मिश्रणाला सुरुवातीच्या तापमानात प्रज्वलित केले जाऊ शकते.

A] 1500?C

B] 1200?C

C] 1000?C

ड] ५००?सी

8-58] शील्ड मेटल आर्क वेल्डिंगचे वर्गीकरण या प्रक्रिये अंतर्गत केले जाते ...

अ] इलेक्ट्रिक रेझिस्टन्स वेल्डिंग

ब] विशेष वेल्डिंग

क] इलेक्ट्रिक आर्क वेल्डिंग

ड] इलेक्ट्रो गॅस वेल्डिंग

9-59] इलेक्ट्रोड होल्डरचा आकार कसा निर्दिष्ट करायचा?

अ] त्याच्या वजनाने

ब] त्याच्या आकारानुसार

C] त्याच्या वर्तमान वहन क्षमतेनुसार

ड] ते तयार करण्यासाठी वापरल्या जाणार्या धातूद्वारे

10-60] 3.15 मिमी मध्यम लेपित सौम्य स्टील इलेक्ट्रोडसाठी वर्तमान संच आहे...

A] 50 ते 80 amp

ब] 90 ते 120 amp

C] 120 ते 150 amp

ड] 150 ते 170 amp

औद्योगिक प्रशिक्षण संस्था

मासिक चाचणी-5, गुण- 20, तारीख:- ______________

(प्रत्येक प्रश्नाला दोन गुण असतात)

1-66] लॅप फिलेट वेल्डमध्ये असमान मण्यांची उंची असते] या दोषाचे कारण काय आहे?

अ] उच्च प्रवाहाचा वापर

ब] कमी वेल्डिंग प्रवास गती

C] इलेक्ट्रोड विणकामासाठी मनगटाच्या हालचालीचा वापर

ड] उच्च वेल्डिंग प्रवास गती

2-67] मध्यम लेपित इलेक्ट्रोड तयार करण्यासाठी वापरला जाणारा कोटिंग घटक आहे...

अ] १.२५ ते ३

ब] १.४ ते १.५

क] १.६ ते २.२

D] 2.2 च्या वर

3-68] कोणत्या प्रकारचे कोटेड इलेक्ट्रोड सामान्य उद्देशाच्या वेल्डिंगसाठी आणि ITIs मध्ये प्रशिक्षणासाठी वापरले जातात?

अ] बेसिक लेपित

ब] लोखंडी पावडर

C] सेल्युलोसिक

ड] रुटाइल

4-69] एक की-होल राखणे आणि एकाच व्ही बट जॉइंटमध्ये योग्य रूट अंतर वापरणे सुनिश्चित करेल ...

अ] आर्क ब्लो इफेक्ट कमी करणे

ब] जलद धातू साठा

क] योग्य रूट प्रवेश

ड] योग्य मजबुतीकरण

5-70] इलेक्ट्रोडला आडव्या स्थितीत जोडाच्या खालच्या पृष्ठभागासह कोणत्या कोनात धरायचे आहे?

अ] 60? 70 पर्यंत?

ब] 70? 80 पर्यंत?

क] 80? 90 पर्यंत?

ड] 90? 100 पर्यंत?

6-71] ओलावा प्रभावित (ओले) इलेक्ट्रोड एका तासासाठी कोणत्या तापमानापर्यंत गरम करावे?

A] 50 ते 100?C

ब] 110 ते 150?C

C.160 ते 200?C

ड] 200 ते 250?C

7-72] टी फिलेट जॉइंट वेल्डिंग करताना प्लेट सादर करण्याचा उद्देश आहे...

अ] मुळात चांगला प्रवेश मिळवा

ब] विवर दोष टाळा

क] नियंत्रण विकृती

ड] नियंत्रण चाप फुंकणे

8-73] बट वेल्डेड जॉइंटमध्ये प्रवेशाचा अभाव यामुळे आहे ...

अ] खूप कमी वेल्डिंग गती

ब] लहान कंस लांबी

C] उच्च प्रवाह

ड] कमी प्रवाह

9-74]वेल्डेड करण्यासाठी प्लेट्स सादर करून कोणत्या प्रकारची विकृती नियंत्रित केली जाऊ शकते?

अ] कोनीय विकृती

ब] आडवा विरूपण

क] अनुदैर्ध्य विकृती

डी] लॉक-अप तणावामुळे विकृती

10-75] सौम्य स्टीलमध्ये किती टक्के कार्बन असतो?

अ] ०.०५ ते ०.१%

ब] ०.१५ ते ०.३%

क] ०.५ ते ०.८%

ड] ०.८ ते १.४%

औद्योगिक प्रशिक्षण संस्था

मासिक चाचणी-6, गुण- 20, तारीख:- ______________

(प्रत्येक प्रश्नाला दोन गुण असतात)

1-81] DC वेल्डिंग जनरेटरमधील भागाचे नाव जे AC पुरवठा व्होल्टेजचे DC वेल्डिंग आउटपुट व्होल्टेजमध्ये रूपांतरित करते ...

अ] आर्मेचर

ब] कम्युटेटर

क] फील्ड कॉइल

ड] कार्बन ब्रशेस

2-82] खालीलपैकी कोणते कारण मूळ धातूसह मणीचे संमिश्रण खराब आहे?

अ] इलेक्ट्रोडचा प्रवास खूप मंद होतो

ब] प्रवाह खूप जास्त आहे

C] प्रवाह खूप कमी

ड] चाप खूप लहान

3-83] मूळ धातूमध्ये फॉस्फरसची टक्केवारी अधिक असल्यास खालीलपैकी कोणता दोष निर्माण होतो?

अ] स्लॅग समावेश

ब] पृष्ठभाग क्रॅक

क] संलयनाचा अभाव

ड] अंडरकट

4-84] कमी किंमतीत सौम्य स्टीलच्या वेल्डेड जॉइंटवर पृष्ठभागावरील क्रॅक तपासण्यासाठी तुम्ही चाचणीची कोणती पद्धत वापराल?

अ] क्ष-किरण चाचणी

ब] अल्ट्रासोनिक चाचणी

क] व्हिज्युअल तपासणी

ड] चुंबकीय कण चाचणी

5-85] खालीलपैकी कोणता दोष टी फिलेट जॉइंटवर निक ब्रेक चाचणीद्वारे तपासला जाऊ शकतो?

अ] विवर क्रॅक

ब] पृष्ठभागावरील तडे

क] मुळांच्या प्रवेशाचा अभाव

ड] घशाची अपुरी जाडी

6-86] प्रोजेक्शन वेल्डिंग प्रक्रियेद्वारे खालीलपैकी कोणती धातूची प्लेट जोडली जाऊ शकत नाही?

अ] कथील प्लेट

ब] ताम्रपट

C] सौम्य स्टील प्लेट्स

ड] स्टेनलेस स्टील प्लेट्स

7-87] पाईप वेल्डिंगच्या कोणत्या स्थितीत पाईप स्थिर आणि 45 वर झुकलेला असतो? क्षैतिज आणि उभ्या समतल दोन्हीकडे?

अ] १ जी

ब] २ जी

क] 5 जी

ड] 6जी

8-88] 2.5mmØ रुटाइल कोटेड एमएस इलेक्ट्रोडसह पाईप बट जॉइंट वेल्डिंगसाठी सेट केला जाणारा विद्युतप्रवाह आहे...

A] 50A ते 70A

ब] 70A ते 80A

C] 80A ते 90A

ड] 90A ते 100A

9-89] वेल्डिंग करताना डाउनहिल पद्धतीने पाईपचे वेल्डिंग केले जाते

अ] रोलिंगद्वारे पातळ भिंतीचा पाइप

ब] स्थिर स्थितीत पातळ भिंतीचा पाईप

क] रोलिंग करून जाड भिंतीचा पाईप

ड] स्थिर स्थितीत जाड भिंतीचा पाईप

10-90] कोणत्या पाईप वेल्डिंग स्थितीत सर्व पोझिशनल वेल्डिंग करणे आवश्यक आहे?

A] 1G (रोलिंग)

ब] २ जी

क] 5 जी

D] 1G (विभागीय)

औद्योगिक प्रशिक्षण संस्था

मासिक चाचणी-7, गुण- 20, तारीख:- ______________

(प्रत्येक प्रश्नाला दोन गुण असतात)

1-96] स्टेनलेस स्टीलच्या जोड्यांसाठी कोलंबियम आधारित स्टेनलेस स्टील इलेक्ट्रोडचा वापर केला जातो] हे प्रतिबंधित करेल ...

अ] सांध्याला तडा

ब] वेल्ड क्षय

क] विकृती

ड] थुंकणे

2-97] स्टेनलेस स्टीलच्या वेल्डमधील सच्छिद्रता...

अ] लहान चाप

ब] कमी प्रवाह

क] ओलसर इलेक्ट्रोड

डी] अस्थिर इलेक्ट्रोड

3-98] ऑक्सी-आर्क कटिंग प्रक्रियेत खालीलपैकी कोणता वापरला जातो?

अ] फ्लक्स लेपित घन इलेक्ट्रोड

ब] बेअर वायर ट्यूबलर इलेक्ट्रोड

C] फ्लक्स लेपित ट्यूबलर इलेक्ट्रोड

डी] बेअर टंगस्टन आर्क कटिंग इलेक्ट्रोड

4-99] कार्बन आर्क कटिंग उपकरणातील इलेक्ट्रोड धारक बनलेला असतो...

अ] साधे कार्बन स्टील

ब] गॅल्वनाइज्ड लोह

क] ॲल्युमिनियम

ड] तांबे

5-100] कॉपींग लेथच्या कॉपिंग युनिटवर काम सुरू आहे

अ] यांत्रिक शक्ती यंत्रणा

ब] हात शक्ती यंत्रणा

C] हायड्रोलिक पॉवर सिस्टम

ड] त्यापैकी एकही नाही

6-101] हायड्रोलिक पाईप बेंडिंग मशीनचे आतील फॉर्मर्स व्यासापर्यंत पाईप वाकवू शकतात.

अ] 40 मि.मी

ब] 100 मि.मी

क] 20 मि.मी

ड] 75 मिमी

7-102] ग्राइंडिंग मशीनमध्ये वापरल्या जाणाऱ्या हायड्रॉलिक द्रवपदार्थाचा गुणधर्म कोणता नाही?

अ] ते हवा नियंत्रित किंवा शोषू नये

ब] त्यामुळे हलणाऱ्या भागांना गंज येऊ नये

क] पुरेशी स्निग्धता असावी

डी] ऑपरेटिंग तापमानात त्याची वाफ होणे आवश्यक आहे

8-103] खालीलपैकी कोणता वायवीय प्रणालीचा फायदा आहे?

अ] कमी किमतीच्या मांडणीसाठी

ब] उत्पादनाचा दर वाढवण्यासाठी

C] कामाच्या चांगल्या वातावरणासाठी

9-104] वायवीय उर्जा प्रणालीचा कोणता फायदा खालीलप्रमाणे आहे

अ] उत्पादन दर वाढीसाठी.

ब] लेआउटसाठी कमी रोख

क] कामासाठी चांगले वातावरण

ड] सर्व वर

10-105]हायड्रॉलिक ब्रेक सिस्टममधील द्रवपदार्थाचा दाब नियंत्रित केला जातो

अ] कायदा उकळतो

ब] चार्ल्स कायदा

C] पास्कलचा नियम

D] वरीलपैकी कोणताही कायदा नाही

औद्योगिक प्रशिक्षण संस्था

मासिक चाचणी-8, गुण- 20, तारीखः- _______________

(प्रत्येक प्रश्नाला दोन गुण असतात)

1-111] इंधन बाहेर जाण्यासाठी दबाव विकसित करते

अ] झडपा

ब] कॉइल स्प्रिंग

क] डायाफ्राम

ड] रॉकर हात

2-112] डायाफ्राम सक्रिय करते

अ] झडपा

ब] कॉइल स्प्रिंग

क] डायाफ्राम

ड] रॉकर हात

3-113] इंधन आत आणि बाहेर वाहू द्या

अ] झडपा

ब] कॉइल स्प्रिंग

क] डायाफ्राम

ड] रॉकर हात

4-114] ओव्हरफ्लो व्हॉल्व्ह वापरला जातो

अ] इंधन भरणा यंत्रातील अतिरिक्त इंधन परत पाठवणे

ब] इंधन फिल्टरला अधिक इंधन पुरवठा करण्यासाठी

C] स्वच्छ इंधन पुरवठा करण्यासाठी

ड] गळती होणारे इंधन घेणे]

5-115] स्नेहन प्रणालीमध्ये जास्त तेलाचा दाब यामुळे असू शकतो

अ] संपमध्ये इंजिन तेलाचे प्रमाण कमी

ब] रिलीफ व्हॉल्व्हचे चुकीचे समायोजन

C] सक्शन पाईपवर कमी सक्शन प्रभाव

D] वरीलपैकी काहीही नाही

6-116] जेव्हा तेलाचा दाब निर्धारित मर्यादेपेक्षा वाढतो, तेव्हा तेल संपुष्टात येते

अ] प्रेशर रिलीफ व्हॉल्व्ह

ब] पास वाल्वद्वारे

C] तेल फिल्टर

ड] तेल पंप

7-117] समोर आणि मागील ब्रेकला हवा पुरवठा करते

अ] ब्रेक अॅक्ट्युएटर

ब] ड्युअल ब्रेक व्हॉल्व्ह

क] प्रणाली संरक्षण झडपा

ड] झडप झडप

8-118] वाहन पार्किंगसाठी चालवले जाते]

अ] ब्रेक अॅक्ट्युएटर

ब] ड्युअल ब्रेक व्हॉल्व्ह

क] प्रणाली संरक्षण झडपा

ड] झडप झडप

9-119] स्प्रिंग प्रेशर लावते आणि जेव्हा सिस्टममध्ये हवेचा दाब कमी असतो तेव्हा ब्रेक लावतो

अ] ब्रेक अॅक्ट्युएटर

ब] ड्युअल ब्रेक व्हॉल्व्ह

क] प्रणाली संरक्षण झडपा

ड] झडप झडप

10-120] विविध सर्किट्समध्ये हवा वितरीत करते

अ] ब्रेक अॅक्ट्युएटर

ब] ड्युअल ब्रेक व्हॉल्व्ह

क] प्रणाली संरक्षण झडपा

ड] झडप झडप

औद्योगिक प्रशिक्षण संस्था

मासिक चाचणी-9, गुण- 20, तारीखः- ______________

(प्रत्येक प्रश्नाला दोन गुण असतात)

1-126] सिलेंडरमध्ये पिस्टनच्या वरच्या दिशेने हालचालीचा प्रारंभ बिंदू

अ] TDC

ब] सायकल

C] BDC]

ड] प्रज्वलन

2-127] फुंकणे प्रतिबंधित करते

अ] पिस्टन

ब] पिस्टन पिन

क] कनेक्टिंग रॉड

ड] पिस्टन रिंग

3-128] सिलिंडर मध्ये परस्पर

अ] पिस्टन
ब] पिस्टन पिन
क] कनेक्टिंग रॉड
ड] पिस्टन रिंग
4-129] पिस्टन आणि कनेक्टिंग रॉड जोडते
अ] पिस्टन
ब] पिस्टन पिन
क] कनेक्टिंग रॉड
ड] पिस्टन रिंग
5-130] सिलेंडरमध्ये दोलन
अ] पिस्टन
ब] पिस्टन पिन
क] कनेक्टिंग रॉड
ड] पिस्टन रिंग
6-131] कनेक्टिंग रॉडचा वरचा आणि खालचा भाग बोल्ट केला जातो
अ] क्रॅंकशाफ्ट मॅन जर्नल
ब] क्रॅंकपिन जर्नल
क] कॅमशाफ्ट
ड] पिस्टन पिन बॉस
7-132] क्रॅंकशाफ्ट मेन जर्नल आणि क्रॅंक पिन दरम्यान एक छिद्र पाडले जाते
अ] क्रॅंकशाफ्टचे संतुलन
ब] क्रॅंकशाफ्ट वजन कमी करणे
C] वंगण कनेक्टिंग रॉड बीयरिंग
ड] क्रॅंकशाफ्ट कंपन कमी करणे
8-133] हवेच्या टाकीतून हवेचा अतिरिक्त दाब कमी होतो]
अ] एअर कंप्रेसर
ब] अनलोडर वाल्व
सी] सुरक्षा झडप
ड] ब्रेक चेंबर
9-134] कोरचे चुंबकाकडे वळते
अ] सोलेनोइड स्विच
ब] सक्रिय करणारी तार (गरम झाल्यावर)
C] बॅलास्ट प्रतिरोधक
डी] सक्रिय वायर (थंड झाल्यावर)

10-135] पाईप थ्रेडचा कोन काय आहे?

अ] ६०°

ब] ४७'/२°

C] 29°

डी] ५५°]

औद्योगिक प्रशिक्षण संस्था

मासिक चाचणी-10, गुण- 20, तारीखः- _______________

(प्रत्येक प्रश्नाला दोन गुण असतात)

1-141]सीलिंग कंपाऊंड पाईप थ्रेड्सवर लागू केले जावे

अ] भांग पॅकिंग करण्यापूर्वी

ब] भांग पॅकिंग नंतर

सी] तात्पुरते पॅकिंग करण्यापूर्वी आणि नंतर

D] वरीलपैकी काहीही नाही.

2-142] चिन्हांकित टाळण्यासाठी तयार ट्यूबलर रेंच पृष्ठभागांवर वापरले जाते]

एक स्टिलसन पाईप

ब] चेन रिंच

क] पट्टा पाना

ड] फूटप्रिंट रेंच

3-143] बंदिस्त ठिकाणी पाईप्स आणि गोलाकार साठा पकडण्यासाठी आणि फिरवण्यासाठी वापरला जातो]

अ] स्टिलसन पाईप

ब] चेन रिंच

क] पट्टा पाना

ड] फूटप्रिंट रेंच

4-144] मोठ्या व्यासाचे पाईप्स ठेवण्यासाठी वापरले जाते]

अ] स्टिलसन पाईप

ब] चेन रिंच

क] पट्टा पाना

ड] फूटप्रिंट रेंच

5-145] पाईप, नळ्या आणि सिलेंडरिक रॉड पकडण्यासाठी आणि वळवण्यासाठी वापरले जाते]

अ] स्टिलसन पाईप

ब] चेन रिंच

क] पट्टा पाना

ड] फूटप्रिंट रेंच

6-146] दोरी लहान पाईप किंवा रिमला सुरक्षित करते.

अ] स्लिप गाठ

ब] बॉललाइन गाठ

क] चौकोनी गाठ

ड] मेंढीची टांगलेली गाठ]

7-147] ते दुमडले जाऊ शकते आणि कोणत्याही ठिकाणी वाहून नेले जाऊ शकते] द्रुत रिलीझिंग पाईप वाइससारखेच.

एक पोर्टेबल फोल्डिंग पाईप वाइस

ब] साखळी पाईप वाइस

क] पाईप वाइस

ड] वरीलपैकी नाही

8-148] 63 मिमी ते 200 मिमी व्यासापेक्षा जास्त पाईप्स ठेवण्यासाठी वापरला जातो.

अ] पोर्टेबल फोल्डिंग पाईप वाइस

ब] साखळी पाईप वाइस

क] पाईप वाइस

ड] वरीलपैकी नाही

9-149] पाईप्स त्वरीत धरण्यासाठी आणि शोधण्यासाठी वापरले जाते] 63 मिमी व्यासापर्यंत पाईप्स ठेवण्यासाठी वापरले जाते]

अ] पोर्टेबल फोल्डिंग पाईप वाइस

ब] साखळी पाईप वाइस

क] पाईप वाइस

ड] वरीलपैकी नाही

10-150] 90° चे विचलन प्रदान करते

अ] प्लग

ब] कोपर

क] वाकणे

ड] रेड्यूसर 'टी' ब्रँकझ

औद्योगिक प्रशिक्षण संस्था

मासिक चाचणी-11, गुण- 20, तारीखः- ______________

(प्रत्येक प्रश्नाला दोन गुण असतात)

183] सर्वाधिक हायड्रॉलिक सर्किट्सः

अ) केंद्रीय हायड्रॉलिक पॉवर युनिटमधून ऑपरेट करा

b) एअर-ओव्हर-ऑइल पॉवर युनिट्स वापरा

c) एक समर्पित पॉवर युनिट ठेवा

d) समर्पित पॉवर युनिट नाही

184] हायड्रोलिक आणि वायवीय सर्किट:

अ) सर्व फंक्शन्ससाठी त्याच प्रकारे करा

b) सर्व फंक्शन्ससाठी वेगळ्या पद्धतीने करा

c) काही अपवादांसह तेच करा

ड) सर्व कार्ये करत नाही

185] वायवीय सर्किटमधील वंगण हे आहे:

अ) ओळीतील पहिला घटक

b) ओळीतील दुसरा घटक

c) ओळीतील शेवटचा घटक

ड) ओळीतील तिसरा घटक

186] हायड्रॉलिक सिस्टिमच्या पहिल्या किमतीची तुलना वायवीय प्रणालींशी करताना, सामान्यतः ते आहेत:

अ) खरेदी करणे अधिक महाग

b) खरेदीसाठी कमी खर्चिक

c) किंमत समान आहे

ड) खर्च आवश्यक नाही

187] हायड्रॉलिक सिस्टीमच्या ऑपरेटिंग खर्चाची तुलना वायवीय प्रणालींशी करताना, सामान्यतः ते

आहेत.

अ) ऑपरेट करणे अधिक महाग

b) ऑपरेट करण्यासाठी कमी खर्चिक

c) ऑपरेट करण्यासाठी खर्च समान आहे

ड) खर्च आवश्यक नाही

188] सर्वात सामान्य हायड्रॉलिक द्रव आहे:

अ) खनिज तेल

b) सिंथेटिक द्रव

c) पाणी

ड) जेल

189) हायड्रॉलिक पॉवर सिस्टममध्ये कोणता द्रव वापरला जातो?

a] पाणी

b] तेल

c] संकुचित न करता येणारा द्रव

d] वरील सर्व

190) 1 बारचा दाब समान आहे

a] 14] 5 psi

b] 145 psi

c] 12] 5 psi

d] 145 x 10-6 psi

191) ओव्हरलोडिंगचा द्रव शक्ती आणि विद्‌युत प्रणालींवर काय परिणाम होतो?

a] इलेक्ट्रिकल सिस्टममध्ये इलेक्ट्रिकल घटक खराब होतात

b] द्रव उर्जा प्रणाली घटकांना इजा न करता काम करणे थांबवते

क] अ] आणि ब] दोन्ही

d] वरीलपैकी काहीही नाही

192) फ्लुइड पॉवर सिस्टीममध्ये शक्ती कशी प्रसारित केली जाते?

a] शक्ती त्वरित प्रसारित केली जाते

b] शक्ती हळूहळू प्रसारित केली जाते

क] अ] आणि ब] दोन्ही

d] वरीलपैकी काहीही नाही

औद्‌योगिक प्रशिक्षण संस्था

मासिक चाचणी-12, गुण- 20, तारीखः- ______________

(प्रत्येक प्रश्नाला दोन गुण असतात)

193) सामान्यतः द्रव न संकुचित करता येण्याजोगे असतात परंतु जेव्हा 70 बारचा मोठा दाब लावला जातो, तेव्हा पेट्रोलियम तेल दाबले जाऊ शकते.

a] 0]त्याच्या मूळ खंडाच्या 5%

b] त्याच्या मूळ खंडाच्या 1%

c] त्याच्या मूळ खंडाच्या 5%

d] वरीलपैकी काहीही नाही

194) पिस्टनच्या आत द्रवपदार्थाच्या प्रवाहाला दिलेला प्रतिकार विकसित होतो

a] दबाव

b] बल

c] ताण

d] वरील सर्व

195) कमी दाबावर, द्रव असतात

a] दाबण्यायोग्य

b] संकुचित न करता येणारा

c] अप्रत्याशित

196) हायड्रॉलिक प्रणालींमध्ये,

a] यांत्रिक ऊर्जा तेलात हस्तांतरित केली जाते आणि नंतर यांत्रिक उर्जेमध्ये रूपांतरित होते

b] विद्‌युत ऊर्जा तेलात हस्तांतरित केली जाते आणि नंतर यांत्रिक उर्जेमध्ये रूपांतरित होते

c] यांत्रिक ऊर्जा तेलात हस्तांतरित केली जाते आणि विद्‌युत उर्जेमध्ये रूपांतरित होते

d] वरीलपैकी काहीही नाही

197) हायड्रोलिक पॉवर युनिटमध्ये खालीलपैकी कोणता घटक घटक म्हणून वापरला जातो?

a] दाब मापक

b] फिलर गेज

c] झडपा

ड] जलाशय

198) हायड्रॉलिक पॉवर युनिटमध्ये रोटरी गती वापरून साध्य केली जाते

a] हायड्रॉलिक सिलेंडर

b] वायवीय सिलेंडर

c] दोन्ही हायड्रॉलिक आणि वायवीय सिलेंडर

d] वरीलपैकी काहीही नाही

199) स्थिर विस्थापन वेन पंपचा वेग आणि प्रवाह दर यांचा काय संबंध आहे?

a] रोटरचा वेग वाढल्याने प्रवाह दर वाढतो

b] रोटरचा वेग वाढल्याने प्रवाह दर कमी होतो

c] प्रवाह दर स्थिर असतो आणि वेगातील बदलाने बदलत नाही

d] वरीलपैकी काहीही नाही

200) स्थिर विस्थापन व्हेन पंपमध्ये,

a] कामकाजाचा दाब वाढल्याने प्रवाह दर कमी होतो

b] कामकाजाचा दाब वाढल्याने प्रवाह दर वाढतो

c] प्रवाह दर स्थिर असतो आणि कामकाजाच्या दाबाने बदलत नाही

d] वरीलपैकी काहीही नाही

201) कोणत्या प्रकारची गती हायड्रोलिक अॅक्ट्युएटरद्‌वारे प्रसारित केली जाते?

a] रेखीय गती

b] रोटरी गती

क] अ] आणि ब] दोन्ही

d] वरीलपैकी काहीही नाही

202) इलेक्ट्रिक अॅक्ट्युएटरचे कार्य काय आहे?

a] विद्‌युत उर्जेचे यांत्रिक टॉर्कमध्ये रूपांतर करते

b] यांत्रिक टॉर्कचे विद्‌युत उर्जेमध्ये रूपांतर करते
c] यांत्रिक ऊर्जा यांत्रिक टॉर्कमध्ये रूपांतरित करते
d] वरीलपैकी काहीही नाही

www.ingramcontent.com/pod-product-compliance
Ingram Content Group UK Ltd.
Pitfield, Milton Keynes, MK11 3LW, UK
UKHW021913190726
13853UKWH00002B/659

9 798888 69791